THE TIME TREE

The Time Tree

Poems
by
Hữu Thỉnh

Translated by
George Evans & Nguyễn Quí Đức

CURBSTONE PRESS

Printed on acid-free paper by Transcontinental / Best Book

Cover design and photograph by Nguyễn Quí Đức

This book was published with support from the
Connecticut Commission on the Arts, the
National Endowment for the Arts, and
donations from many individuals. We are very
grateful for this support.

Library of Congress Cataloging-in-Publication Data

Huu Thinh.
    [Poems. English. Selections]
    The time tree / poems by Huu Thinh ; translated from the Vietnamese
by George Evans & Nguyen Qui Duc.--1st ed.
        p. cm.
    "Some of these translations have previously appeared in the magazine
Manoa, and in earlier versions in the University of Massachusetts Press
anthologies Writing between the lines and Mountain River."
    ISBN 1-880684-69-1 (alk. paper)
    1. Hữu Thỉnh--Translations into English. I. Evans, George, 1948- II.
Nguyễn, Quí Đức.
    III. Title.

PL4378.9.H755H8813 2003
895.9'22134—dc21
                                                      2003040905

published by
CURBSTONE PRESS   321 Jackson Street   Willimantic, CT 06226
phone: 860-423-5110   e-mail: info@curbstone.org
http://www.curbstone.org

Acknowledgments

Some of these translations previously appeared in the magazine *Manoa*, and in earlier versions in the University of Massachusetts Press anthologies *Writing between the Lines* and *Mountain River*—the translators thank the editors and publishers for their support.

Many individuals too numerous to list have been supportive of this project, and we thank them all. We specifically thank Kevin Bowen and Nguyễn Bá Chung of The William Joiner Center at the University of Massachusetts, Boston, as well as Sandy Taylor, Judy Ayer Doyle, and Bob Smith of Curbstone Press. Judith Henchy, Head, Southeast Asia Section, University of Washington Libraries, Seattle, and her colleagues, permitted us to post a number of botanical queries to their on-line Việt Nam Studies Group, which resulted in useful responses from around the world; we thank the members of that group for their interest and generosity.

We are particularly grateful to Dr. Kim N.B. Ninh, who contributed an incisive, painstaking reading of the manuscript. Her insights and corrections proved invaluable, and she helped shape decisive drafts of the book. Her on-going support was indispensable.

George Evans also thanks Vietnamese novelist Hồ Anh Thái for his help and translation advice regarding procedure and organization at the earliest stages of this project, Leslie & Kevin Bowen for graciously hosting his 1993 two-week stay with Hữu Thỉnh and other now life-long friends at their house in Boston, Alice and David Halliday for their friendship and encouragement, and Daisy Zamora for her invigorating view of world poetry and constant inspiration.

We both thank Hữu Thỉnh for his gracious input and friendship during the course of this project.

For H.T., W., K., T., & D.Z.
In Memory of the Future
G.E.

For K., Who Chooses Grief
N.Q.D.

Contents

II. TRƯỜNG CA BIỂN / THE SEA

The Black Duck Floats Backwards off the River

As Fernando Pessoa wrote in the voice of Alvaro de Campos, one of his many alter egos, "The only preface needed for a work is the brain of its reader," and I would normally agree. However, because this book represents the first major U.S. publication of an important contemporary Vietnamese poet, Hữu Thỉnh, a few prefatory remarks are in order, to share its rich context.

This collection, *The Time Tree*, consists of the complete text of two of Hữu Thỉnh's books, reproduced bilingually. The first, *Winter Letter*, is a collection of shorter poems that reflect the power and diversity of his lyric talents, and the second, *The Sea*, is a book-length narrative illuminating the range and depth of his exploration of the epic tradition in a postmodern voice.

Like all genuine poetry, his work is filled with allusions and structures that fit into the technical and historical contexts of a literary tradition (in this case the ancient literature of Việt Nam), but as with all engaging modern poetry, the boundaries are blurred. Direct references are pointed out in a few translators' notes, but there remain subtle cultural references so rooted in Vietnamese history and culture they defy translation. To overcome that, my co-translator Nguyễn Quí Đức and I have tried to duplicate the richness of Hữu Thỉnh's poetry with the best possible mirror reflection of what it might look and sound like in English, never losing sight of the fact that translations are reproductions, and that nothing can supplant an original.

Given that natural limitation, and our combined vigilance, this collection is the result of a lively effort to shape and finish a project sparked by a fortuitous meeting with the poet ten years ago. No borders were left uncrossed in completing this work, and we leave it to Hữu Thỉnh's new readers to judge the results of our collaboration.

***

I met Hữu Thỉnh in Boston in 1993 at the beginning of summer. Experiencing a recognition that often occurs between poets from different countries, something tribal that cuts across international boundaries, we became immediate friends. The occasion of our meeting was my first invitation to participate in the annual writing workshops held by the William Joiner Center for the Study of War and Social Consequences at the University of Massachusetts, Boston. Most of the visiting writers, including Hữu Thỉnh and two others from Hà Nội (all in the U.S. for the first time), were camped out in three neighboring houses in Dorchester, hosted by the Joiner Center's director, poet and writer Kevin Bowen, his wife Leslie, and their small children. The workshops and readings were held at the university and assorted public venues, but their huge old two-story duplex house was the main focus of living activities, centered around the kitchen and a back porch that faced a broad, gardened compound of backyards.

Everyone present had some deep connection to Việt Nam or the Việt Nam-American War, but none of the darkness of that war was readily visible, and the liveliness and energy of the scene, vibrating with music through hot, humid days and nights, was reminiscent of a Bruegel dance or wedding painting. Other U.S. war veteran writers present included novelists Larry Heinemann and Robert Mason, poet Bruce Weigl, and novelist Wayne Karlin, who beautifully recounts a few scenes and events from that summer in his memoir *Rumors and Stones.* Nguyễn Bá Chung, a Vietnamese scholar and translator from the Joiner Center, was there, and members of the local Vietnamese community dropped by regularly. The place was further enlivened by a steady stream of visiting writers in for the day, neighbors stopping with greetings and beer, kids dropping by to shoot hoops in the yard, and cats and dogs and children running wild.

***

Hữu Thỉnh, General Director of the Writers Association of Việt Nam, Editor-in-chief of *Văn Nghệ* (a literature and arts journal), and an ex-tank driver who rose from private to Lieutenant Colonel in the North Vietnamese Army, was the senior member of the Hà Nội delegation. Lê Minh Khuê, short story writer and novelist, was, like Thỉnh, a veteran of years of brutal jungle warfare during the Việt Nam-American War, having joined the People's Army of Việt Nam when she was only fifteen. A writer I admire profoundly, she's a person of great warmth and charm, and quick to smile, but when we were introduced I saw a look in her eyes I can only describe with the Portuguese word *saudade*, a state of sorrow and nostalgia caused by the ineffable absence of something vital to one's life. It left me with an unforgettable moment. I wondered what those eyes had seen, and later found the answer in her stories. The other member of the group was a younger writer and poet with much energy and humor, Nguyễn Quang Thiều. Also an editor of *Văn Nghệ*, he was a boy for most of the war, but many people from his village had been killed by it, and he carried memories of them in moving stories and poems. He spoke English and translated for Thỉnh and me whenever we wanted, which was probably too often, cutting into his own good times, but he was always game to sort out our conversations about everything in the universe.

Nicaraguan poet Joaquín Pasos wrote, "A question raised by a Vietnamese poet can be answered satisfactorily by a Malaysian poet, and an Indonesian question can be answered with clarity by a Patagonian poet." Thỉnh and I had plenty of questions and answers, we just couldn't speak each other's language to get them across, so in addition to the help of interpreters, we found alternative ways to communicate. The only Asian language I have facility with is Japanese, and we discovered, because of Thỉnh's knowledge of Chinese, we could communicate to a degree with Chinese characters common to both languages. We used notebooks, scraps of paper, and the back of somebody's poetry manuscript. I kept a few pages of that. Scribbled among Chinese characters are little maps, a small chart diagramming the tonal system of Vietnamese, a yin-yang symbol, English and Vietnamese words, parts of a Vietnamese joke about a son-in-law and some sheep, and a mysterious line of poetry in someone else's hand, part of something Thỉnh was explaining, a line someone else might recognize and claim: "The black duck floats backwards off the river," a cinematic image I've always wanted to use, and now have.

On the whole, we didn't talk much about war. That we already knew well. We talked instead about human nature, poetry, fate, things we didn't know or wanted to know, and whatever else we knew or thought we knew. Our ability to communicate grew quickly. Hữu Thỉnh possesses an abundance of a poet's greatest tool, curiosity, and that made all the difference. At times he would simply hook my arm to go walking so I could tell him the English names for trees, flowers, birds, or the numerous objects and places he was interested in. He amassed a working English vocabulary in a very short time.

During that brief summer interlude of conversations and sightseeing adventures, my time with Thỉnh and everyone else unexpectedly ended years of lingering pain. I hadn't identified that pain beforehand, or even felt it as far as I remember, and went to Boston more with dread than positive expectation.

*****

If my now older self met my younger self in the days before he went to war, I would perhaps admire his sense of adventure, but not his youth-addled agreement to participate in something needless and deadly. Youth can be forgiven, but not ignorance. For the Vietnamese, that long war must have seemed to go on forever. They lived through it every day and could not leave, but for American soldiers the tour of duty was usually only one year. I started mine in a state of ignorance greater than anyone raised in a democracy should be permitted, but even for a medical corpsman in the emergency unit of an Air Force hospital (a non-combatant) it was a seminal year full of horrors and amazement, fear and excitement, and most importantly a year that forced me to see the world through a new set of eyes.

I lost my closest boyhood friends to the war, just as Thỉnh lost a brother and many friends, just as countless others did, including everyone on the back porch in Boston. Raised among a class of people for whom war is an inevitable part of life, I'd learned to live with my pain and loss, but only a fool would want to "heal" or get over the anger of something as unjust as the Việt Nam-American War. Nothing will ever justify the unnecessary death and destruction rained upon the Vietnamese and my generation, or excuse the ruin we brought to the beautiful country of Việt Nam, or erase what was burned into my eyes and consciousness.

Before Boston, beginning one early morning in March of 1970 when an airplane I was on left the ground of Việt Nam, after living there for a year that would last the rest of my life, I had not talked with (nor did I have any interest in knowing or talking with) any other American who had been in the Việt Nam-American War, with the exception of a few words with my youngest brother, who served off the coast of Việt Nam on an aircraft carrier, but he was equally reticent. It's not a family trait—we are sons of one of the most garrulous story tellers I ever met—but it is a generational thing. We just don't talk about it.

Exactly what drew me to the William Joiner Center the year I met Hữu Thỉnh still eludes me. It might have been the name of the place, the social consequences aspect, or perhaps I knew subconsciously it was time to face something unnamed. I went with no desire to relive a past I thought I had settled with on my own terms, and went simply as a visiting writer. But I was nervous because I thought my feelings about the war were unique, convinced I would never discover like-minded writers. I was wrong. My feelings reflected the self-righteousness of isolation and self-imposed emotional exile.

I found myself among people who had thought deeply about war, writers who would have been writers no matter what, who have all written about many other things, but were given the experience and subject of war, something tragic but vital to human life. They write about it because to survive such a thing and not write about it would be unthinkable and irresponsible. Such experience does not come cheap, and you cannot buy the knowledge.

The Vietnamese writers, once enemies, were gentler with us and more insightful about what happened than I could have imagined. They accepted us foremost as writers, but also as part of a vanquished army still marching around in its memories. Their pain was there, but it was different than ours. They were victors, had won the war, no one could take that from them, and they were proud of it, but were gracious and dignified on the subject. Their compassion was palpable, and their friendship real. Our exchange of energy and insights was genuine.

We get over things by degrees, we humans do, coming to terms with the most traumatic events somehow, often in silence, sometimes through political activism or public service, but we get through. We must. We have families and jobs, and as much as I would like to turn and live with the animals awhile, so placid and self-contained, as great grandfather Walt Whitman noted, it's not possible. Adoring the rest of the natural world, sometimes longing for it exclusively, a poet's place is always among humans—something Hữu Thỉnh expresses throughout his work—and we humans do the best we can. I saw that in the eyes of everyone I met and sat with on the back porch of the Bowen house that summer, Vietnamese and American alike, and learned I was not so special.

I left Boston feeling lighter and more substantial than when I arrived, possessing things I hadn't known were missing, having jettisoned things I didn't know I possessed. This book, Hữu

Thỉnh's book, *The Time Tree*, is a tangible result of rejuvenating encounters, one summer a lifetime ago.

***

When first asked to consider this project (with Hữu Thỉnh's encouragement and approval), I was baffled about how to begin, proceed, move forward, let alone complete such a daunting task without speaking or reading the language. My immediate response was to not do it, to leave it to an expert in the language, but because of my friendship with Hữu Thỉnh, and an affinity I feel exists between our work, I explored the possibilities. It was a difficult, sometimes frustrating effort, but in the end, after several false starts and tentative translation efforts, Nguyễn Quí Đức, a friend made in the interim, agreed to look at the manuscript, then joined me as co-translator. With his collaboration, I felt confident Hữu Thỉnh's poetry could be translated successfully, meeting a demand for poetry that captured the spirit and meaning of the originals in U.S. English, combined with accurate cultural representation.

We hammered out a system of translation, and a tentative voice began to emerge, the mysterious nature of it not unlike vague shapes on a palimpsest. It grew stronger through subsequent drafts, and Hữu Thỉnh's words began to emerge naturally, in a finally convincing voice. The working manuscript went back and forth countless times before we felt the forward motion of real progress. Fortunately, Đức met with Thỉnh during a trip to Việt Nam, where they went over the manuscript to clarify rough and cloudy spots in the text.

Poetry translations can never be perfect; only the original poem can approach that ideal (personal and untranslatable), though true poets, always gimlet-eyed, are the last to delude themselves about perfection, which if obtained would probably seem flawed. In the end, my role has been that of a spirited amanuensis whose interests are purely those of poetry, a filter through which the meanings and sounds of Hữu Thỉnh's poems were poured into my ears and heart, and this book was translated with a passion I believe can be heard in the poems.

The soul of a poem abides in its existence as sound, and true poems come to life when read aloud. So these do. Their collective title, *The Time Tree*, comes from a line in the long poem *The Sea*, the second half of the book:

> Inch by inch the time tree grows
> So many untold stories.

***

Hữu Thỉnh is six years older than me, and I am ten years older than Nguyễn Quí Đức, but we are all of the same generation, one that is international in scope and interests, curious about the whole universe. Perhaps that's because we know too well what losing life looks like, and know it's too valuable to waste on ennui or self-pity. We were each born in the crucible of a war no one sane could have wanted, fought by those who had no choice but to defend themselves, by those who wanted a different fate for their country, by those who endangered or lost their lives for youthful abstractions such as honor and patriotism, and by some who did not wish to fight at all, caught up in social, historical and economic realities beyond their control.

But in the end this is not a book about war. This is a book about life, of which war is only a part, something getting harder and harder to remember these days. Best of all, it's a solid book of poetry by a truly fine poet, Hữu Thỉnh of Hà Nội.

I saw him once again, at the end of 1996, when he came to visit San Francisco with yet another delegation of writers. I took them sightseeing, and our favorite place turned out to be the Mechanical Museum, behind the Cliff House at the edge of the Pacific Ocean, a little place filled with late nineteenth and early twentieth century working marvels of panoramic toys, old amusement park games, and beautiful antique orchestrions. Afterwards, we went to the sea wall to view the ocean, something

I can see from my back porch. He looked amused, then pointed out over the silver vastness, meaning to take me sightseeing in return. "Việt Nam," he smiled, "is out there. Always." Việt Nam, two words in the mother tongue, as he says in a poem. Two words, but an endless tale.

George Evans
San Francisco, 2003

Translating Love

When I became part of the translation project that is now *The Time Tree*, unlike George Evans, I had not met Hữu Thỉnh. I knew nothing of the personal conditions and circumstances that affected his life and work. I didn't know all that much about Hữu Thỉnh's poetry.

In the years following my arrival in the United States, a certain boyhood love of poetry died. Concerns about family ties forcibly cut off at the end of a war, and practical matters about life in a new country, severed my connection to the poems I read as a teenager in Việt Nam.

It is odd to think about our first days in America: we were refugees—desperate for a link to our homeland, nursing our wounds of defeat with a faint notion of a peaceful future. Poetry might have relieved some of the sorrow in our hearts then, but few of us turned to poetry. Perhaps it was too indulgent, a luxury. The American churches, charities, and families that sponsored us did all they could to welcome us, and create physical comfort. What they couldn't give us was our own sense of home. Like the rest of the Vietnamese refugees of the time, I was cut off from my culture. We had no communications with loved ones left behind in Việt Nam, we had few markets and bookstores, and we had few books in Vietnamese to read.

It is odd too to think of the time in my youth in Việt Nam when reading was such a joy: there was a war that was tearing our nation apart. Each day brought news of a village bombed by American planes, or destroyed by communist forces. And closer to home, news of cousins and uncles and other relatives who had perished, of friends who had joined the army. The streets of our town were full of veterans in wheelchairs, on crutches, angry, bitter, defeated. The smell of war permeated our days.

Still, we read. We indulged in the luxury of love poems. Poems about nature, and poems about a land at peace.

It is odd to remember how I would crawl into a bunker of sandbags built in what was my bedroom in order to read. My father had been captured by communist troops and imprisoned somewhere in the north. His big bookshelves became the walls that kept out the bad news and gave me privacy. And the bunker of sandbags was to shelter us during the nights when Việt Cộng soldiers from the outskirts of town would send rockets into the city. They were terrifying nights with us frozen in the dark, in silence, waiting for the explosions and wondering how close to our home the rockets had landed. We would hear of the wounded and the dead in the morning before heading off to school. But head to school we would—war and destruction became part of a normal life. After school, I would stretch out in the bunker, head and torso protruding from the entrance, and I would read.

I remember the poems of Xuân Diệu and Huy Cận, men my father's age who had written of pre-war love and innocence, men who were the pillars of Thơ Mới, the New Poetry movement that emerged in Việt Nam in the 1930s. They were romantics, like those who inspired them: Verlaine, Baudelaire and Valéry, Rimbaud and Lamartine, poets whose thoughts and words were imported to Việt Nam, accidentally or not, through the dreaded path of colonialism. Xuân Diệu, Huy Cận, and their literary colleagues, wrote of the sadness of unrequited love, of the longing for a lover in a spring morning, of birds and cherry blossoms and loving parents. Little did I know that by the time I was reading them, they had turned into believers of a revolution, and that their writing had taken on the forceful colors suggested by Hồ Chí Minh: in time of war, "even in poetry, there must be steel."

At school and at home, teachers and relatives encouraged the love of poetry, as has happened for generations in Việt Nam. We listened to songs too—songs about a time when Vietnamese of all ages and persuasions were being killed and maimed, when families and lovers were always torn apart.

From the New Poetry to the anti-war songs, we absorbed a dark romanticism that colored us even as we were too young to know. Stoicism in the face of adversity was a recurring theme, and melancholic, perhaps even corny, sentiments came to inhabit us to make us troubled souls.

In America, next to what we'd read in our own language and in our own context, English—or American—poetry neither inspired nor soothed us. With time, we ventured beyond our own lives as refugees: I found work and friends that made the daily less empty. I moved about in the U.S., trying to find a reason to settle down, and in college, self-styled "maverick poet" Steve Kowit tried to instill in me an appreciation of Plath, Whitman, and Pound, or Nicanor Parra. But reading poems, deciphering rhythm and music, in a language not my own proved a frustrating and failing challenge.

We eventually learned to live with our pain; our situation improved, we rebuilt our families, our lives, and our identity. After a short while, we had books we could read, stories that reminded us of a time past, and stories that resonated with us, for those who wrote reflected our own tales of refuge and exile. And then we hungered for more: we wanted to know what was being written inside the country, in a place both alien now, but also deeply connected to us.

By the early 1990s, a couple of Vietnamese literary magazines in the U.S. began publishing writers from inside Việt Nam. Thus we learned of Dương Thu Hương, Bảo Ninh and Nguyễn Huy Thiệp, voices that grew out of the brief period of openness in Việt Nam in the mid and late 1980s called Đổi Mới, or Renovation. Many of them dared to question the war, and the absolute dominance of the communist party. But the appearance of voices from inside the country on the pages of overseas journals sparked a vicious outcry from community members who opposed any links with communist Việt Nam. Post-war bitterness was alive: those harboring it allowed little room for any new interpretations or nuances. The reactions of those days lasted until more recent times, less frequent perhaps, and with varying degrees of violence and ugliness.

In 1989, I finally took my first trip back to see for myself what had become of the old country. Besides a desire to revisit a past, I took with me a journalistic curiosity, and developed an interest in the literature of the period. Not long afterward, I began to translate works by Vietnamese writers. I have various explanations of the choices I made: to translate those living outside or inside the country—both of whom I felt had stories that needed to be brought to a larger audience. There was an emerging interest in stories written by those who had fought the Americans, an interest fueled by Americans who were finally trying to understand the Vietnamese enemy, perhaps in order to understand themselves, something their own country had refused to do throughout the war. Thus was born my career as a translator.

Poetry, however, still escaped me. I concentrated on works of fiction—short stories from both exiled writers and those at home—including those from North Việt Nam, or as it were, those who would be considered on the side of the enemy. Many in the community felt I had betrayed the cause of those who had had to choose life in exile. Some three hundred people came to demonstrate the night we performed a play based on a short story I'd translated from Hà Nội writer Lê Minh Khuê. She and others came to the play and then read on stage, while outside the demonstrators shouted and threatened us. In choosing to carry on with such projects, I chose grief, but to do otherwise would have meant choosing *nothing*.

Most painful was facing my father. He'd endured twelve and a half years of primitive prison conditions in North Việt Nam. Released in 1980, he lived in silence for four more years until allowed to come to the U.S. His first weeks in America were mostly spent at a simple desk, writing down the poems composed while in captivity, and kept thus far only in his memory. The next two years became the time for him to retell his life in prison. As a poet and writer, he could understand my literary interest in writers in Việt Nam and bringing their stories to an American audience. Issues of politics were more hurtful, and I still wonder what miracle allowed us to overcome our difficulties and reconcile our differences. But I'd learned a crucial lesson from him: he was able to retell his story without rancor, and point out the deficiencies of the regime that had imprisoned him without bitterness or the violence that characterized the reactions of Vietnamese abroad.

It was in this context that I heard a poem of Hữu Thỉnh's for the first time. It was April 29th, 1995, the 20th anniversary of the end of the war, and the University of California at Davis had gathered a number of journalists, scholars and writers to review what had happened during the conflict and afterward. Among those attending was a diplomat from the Vietnamese mission to the U.S. The conference and the man's presence drew fierce opposition from the local Vietnamese-American community. About a hundred people protested outside, some dressed in military fatigues, waving the flag of the former South Việt Nam regime, shouting slogans and denouncing the participants as pro-communist. I was desperate to bring them inside to participate in an exchange that would raise their concerns, but their violent expression earned them little sympathy. Inside, I berated some of the participants for their exclusive interest in the North Vietnamese side, and neglecting those who had fought in the South. Whatever moral ground one may choose, whatever side one takes, I felt there was a need to recognize the validity of the experiences of the southerners. That message seemed then to have fallen on deaf ears, both inside the conference halls and outside where demonstrators were bent only on disrupting rather than listening to what was being said or contributing to it peacefully.

Towards the end of the conference, writers like Larry Heinemann, Tim O'Brien and Bruce Weigl read their stories and poems—well-known for their stories of war, they were veterans, but as George Evans said, they were writers who would have been writers no matter what—they were writers who happened to be veterans. I read an essay about returning to Việt Nam, meeting former classmates and learning about the difficulties they'd faced in the years after the communist take-over of South Việt Nam in 1975. Still, the demonstrators shouted and protested. The bitterness of war dominated the conversations. O'Brien read a story about kids in his native Minnesota, because, he said, he was sick and tired of war and of Việt Nam—by which he meant the same thing. Việt Nam was a war, and we were all tired of it. But two decades after it ended we were still obsessed with it. War was inescapable.

George read from his own work, but also read a poem about a man mourning a brother who had died in battle. It was a poem by Hữu Thỉnh, and it was certainly a war poem. The fallen soldier was described sympathetically, but not in overwrought heroic terms. After hearing the poem, I was left with a renewed awareness of someone's profound sadness over having lost a loved one. It was a sadness shared by both winners and losers. I am not sure how other Vietnamese in the crowd felt about the poem but I was enthralled, and asked George to let me see more of Hữu Thỉnh's poems.

In the following years, George and I would pick at Hữu Thỉnh's poems like birds pecking at grains, unraveling them word-per-word in one language, re-assembling them in another, only to take them all apart and try again. We argued over nuances and contexts, we congratulated each other in arriving at the right tone, right voice. We debated verb tenses and questioned how to honor the Vietnamese habit of personifying objects and expressing emotions by describing the doings of clouds and trees—a habit Hữu Thỉnh himself readily admits:

Roundabout, I say I love the sea,
Love the sky, to say I love you.

In Hữu Thỉnh's poems too, war is inescapable. Yet I came to appreciate the presence of love throughout. Love of country, of parents, children, comrades in arms, and love that's tender, resolute and passionate. It's a recasting of Hồ Chí Minh's dictum: In times of war, there must be love.

My work on Hữu Thỉnh's poetry followed a time when I rediscovered poetry, in both Vietnamese and English. And it coincided with a desire among Vietnamese-American writers to portray Việt Nam not only as a war, but a culture and a people—full of passion and flaws and conflict, and love. Việt Nam is a country, with many, many tales. And so some stories are being translated and published, and voices from Việt Nam as well as from the diaspora are being heard.

Over the years I've been going back to Việt Nam for more of such tales, and in a recent trip, sought out Hữu Thỉnh. I needed to clarify certain words and meanings, but I was curious about the man too. We met early one morning at his office. In between answering my questions, he was a busy official. His phones were ringing constantly, and he seemed to be dispensing a lot of advice, approvals and questions to writers, poets and others who had business with the Writers' Association. It was difficult at times to follow him: passionate about his poetry one moment, busy with official business the next. When he invited me to lunch the next day, a completely different man emerged. Over a massive meal and quite a few beers, Hữu Thỉnh talked fondly of his visit to the U.S., of meeting George and other American writers, of an embarassing moment in New York when he asked a store clerk for "soldier" while trying to buy salt to cook some Vietnamese food. And then Hữu Thỉnh talked of our country, of the love the Vietnamese have for their country. We didn't mention the war, we said nothing of the past. It was during that meal that I finally met Hữu Thỉnh, the poet.

There's no explanation I can offer about how a society could demand one to be so agile in holding such conflicting positions. And it would be hard to explain how one can stoke a fire of love and compassion in the face of war.

With the person to whom I've dedicated this book, I've had talks of the lasting nature of love. It's an impossible topic:

love comes and goes, it can be absolute, and then, as she says, it can unravel. We turn to debate lines from a poem by 18th century Vietnamese poet Hồ Xuân Hương, as interpreted by John Balaban:

> A bell is tolling, fading, fading
> just like love. Only poetry lasts.

Poetry has lasted for me—even with the exception of my first years in America. Love lasts too, in Hữu Thỉnh's poems, in those of countless other poets, and through poetry, in all of us.

Nguyễn Quí Đức
San Francisco, 2003

The Time Tree

I

Thư mùa đong / Winter Letter

Lời thưa

Tôi vẫn thường hay lẫn với mồ hôi
Xin bạn cứ hình dung một mảnh đời lấm láp
Những gì hay để quên, những gì hay bỏ sót
Tôi ấy mà, xin bạn cứ hình dung.

Tôi thường bị đám gai của hoa hồng xua đuổi
Không có cách chi lọt vào mắt vô tình
Trong tiệc lớn rượu nào ai cũng nhớ
Tôi ấy mà, những chiếc cốc vô danh.

Trời thấp xuống tìm lời an ủi đất
Tôi ấy mà, cánh diều nhỏ cô đơn
Với hạnh phúc tôi đứng ngoài song cửa
Với chia tan tôi là khúc ca buồn.

Lũ trẻ thích tôi là bong bóng
Bay đung đưa trong hạnh phúc không ngờ
Họ lần lượt rủ nhau để trở thành người lớn
Tôi ấy mà, một cuống rạ bơ vơ.

1987

Greetings

I'm often drenched with sweat,
Please imagine a battered life,
A thing often left behind, forgotten,
But it's only me, so imagine that.

I'm scared off by rose thorns
Unseen by indifferent eyes—
After a banquet, people will remember the wine,
But me, I'm just the nondescript wine cups.

The sky descends with consolation for earth,
But I'm just a small, lonely kite.
Where there's happiness, I'm outside barred doors.
Where there's separation, I'm a tortured refrain.

Children want me to be a balloon
Floating back and forth in unexpected happiness—
One by one they grow up,
But me, I'm a lost stalk of straw.

1987

Tạp cảm

Chưa viết giấy đã cũ
Chưa viết sông đã đầy
Đám cưới đi qua có người đứng khóc.

Chưa viết chợ đã đông
Chưa viết đồng đã bạc
Người than thở vì mất mùa nhân nghĩa.

Câu thơ đứng giữa trời
Vó nhện cất sương rơi.

1988

Multiple Inspiration

The paper has yellowed before a word is written,
The river is swollen before a word is written,
Someone weeps as a wedding passes.

The market is crowded before a word is written,
The brass is dulled before a word is written,
Someone mourns the loss of a season of decent living.

A line of poetry hangs in the air,
A spider web captures beads of dew.

1988

Qua cầu Tràng Hương

Mây mãi lên với Mã – pí – lèng
Bỏ quên dòng Nho Quế
Tôi bước lên cầu Tràng Hương
Nắng chang chói bên Thượng Phùng, Sơn Vĩ.

Tôi bắt gặp lần đầu Nho Quế
Nước vắt ra từ núi đá dựng bờm
Cuối dòng sông là non nước Cao Bằng
Trên đỉnh núi đồng đội tôi đang khát.

Đồng đội tôi thay nhau đi cõng nước
Chiếc "can" cao quá đầu chằng chéo những bi-đông
Nước dồn lại từ những đôi vai ấy
Mấy năm qua đủ tưới cả cánh đồng.

Đồng đội nhìn thắc thỏm xuống dòng sông
Nắng gay gắt khi mình còn quá trẻ
Gió thỉnh thoảng đưa mây về chiếu lệ
Rồi tan mau
Hơi đá lại nung người

Khăn mặt xếp hàng trên dây phơi
Khô như mẻ bánh đa nở nắng
Những cách tay trần hai mươi, mười tám
Bao năm rồi khỏa nước trong mơ.

Xin cám ơn những hàng cây sa-mu
Ngả bóng xuống căn hầm của bạn tôi khi ấy

Crossing Trang Huong Bridge

Clouds keep going up to Ma-pi-leng
Leaving Nho Que River behind.
I step onto Trang Huong Bridge,
Sunlight blazing on Thuong Phung and Son Vi.

When I first saw Nho Que River,
Water was squeezing through mountain rocks,
Cao Bang landscape sat where the flow disappeared,
And my comrades were thirsty in the mountains.

They took turns carrying water, gas cans stacked on their backs
Higher than their heads, crisscrossed canteens strapped in front—
The water collected on those shoulders
Would now be enough to irrigate a field.

They looked anxiously into the river,
The sun can be harsh when you're young—
Wind sometimes brought clouds
But they quickly dissolved,
And heat from the rocks baked them again.

Washcloths on lines,
Dry as rice paper baked in the sun.
Naked arms of twenty and eighteen year olds
Treading water in their dreams all these years.

I thank the rows of pine trees
That spread their shadows across our bunkers.

Bên này Giàng-chú-phìn
Bên kia là Sín-Cái
Tôi bước lên cầu Tràng Hương
Mang trang thơ lên cùng đồng đội
Có lá dong lá chít ở Trường Sơn
Đêm xua muỗi tắt đèn âm ỉ hát

Tôi ao ước thơ mang dù chỉ ít
Dòng Nho Quế ngọt ngào lên với các anh.

Hà Tuyên, 1979-1983

This side Giang-chu-phin,
The other Sin-Cai,
I stepped onto Trang Huong Bridge
With a poem for my comrades.
Among the *dong* and *chít* leaves of Truong Son*
We brushed mosquitoes at night, turned out the lights and
        whispered our songs.

Not much of a poem, but I hope it gave them
Something of the sweetness of Nho Que River.

                Hà Tuyên, 1979-1983

---

* *dong* is a low, shrub-like plant (resembling a cross between a pineapple and a palm), the leaves of which are used for wrapping food, for example steamed rice; *chít* is another type of wrapping leaf.

Mưa đá

Mưa đá đi tìm nơi dễ vỡ
Thân cây xây xát thật êm đềm
Trẻ con quăng mũ giang tay múa
Người lớn buông rèm lặng đứng xem.

Đá rơi hạt chắc đầu bông rụng
Ếch nhái kêu ran cỏ hội hè
Hạp lép vồng lên trương với gió
Đồng như canh bạc nước như mê.

Đường lầy tôi bước không tơi nón
Mưa tạnh nhìn lên trái vẫn xanh.

2/1988

Hail

The hail searches for where it's easiest to shatter,
Tree trunks calmly sway,
Children toss their hats and spread their arms in dance,
Adults watch quietly through drapes.

Ice pearls fall on a dead flower,
Frogs and toads moan in crushed grass,
A grain stalk shoots up against the wind.
The field is like a scattered card game, water a dream.

I walk a mud path without hat or grass raincoat
When the storm ends, look up and find the fruit still green.

2/1988

Trước tượng Bay-on

Ở đây trời bị bỏ quên
Hoa biếng nở, đá đá chen hết người

Đá đang rợn ngợp trước tôi
Cánh tay đeo ngấn bao đời còn say
Quân kia, voi đấy, võng này
Mặt người với giọt đắng cay thuở nào
Tài tình chất một núi cao
Tài không che kín khổ đau kiếp người
Bay-on quay mặt vào tôi
Còn ba mặt nữa? Với người đâu đâu...

Trời đang chớp gió trên đầu
Nụ cười ẩn giữa binh đao, nói gì?
Ngất cao ấy một thành trì
Cửa nào? Ai mở? Bước đi chập chờn
Tự mình là cả núi non
Vẫn không thoát khỏi cô đơn giữa trời.

Bốn phương với bốn mặt cười
Gần xa mờ tỏ sự đời Bay-on.

Phnôm Pênh, 10/1986

14

Facing Sculptures at Bayon Temple, Angkor[*]

Heaven is forgotten here, flowers too
Lazy to bloom, stones upon stones crowding out humans.

Overwhelming stones before me,
Carved arms still drunk after all these generations—
Soldiers, elephants, hammocks,
Carved faces with ancient bitter tears
Cleverly stacked into a high mountain.
But cleverness can't mask the suffering of each incarnation.

One face of Bayon turns towards me,
The other three turn toward others elsewhere.

Wind blows in the upper reaches,
A smile hiding in the midst of war, saying what?
High up there, a fort.
What door? Who opened it? Wavering steps.
A mountain itself,
It still can't escape this loneliness under the sky.

Four directions, four smiling faces
Near and far, muddy or clear, the living story of Bayon.

Phnom Penh, 10/1986

[*]Bayon Temple (Angkor, Cambodia) is located at the exact center of the fortress city Angkor Thom built by King Jayavarman VII (1181-1201). The sandstone structures of Bayon are decorated with 1,200 meters of bas-reliefs incorporating over 11,000 figures. The third level of the structure is composed of 49 towers that project 172 smiling, gargantuan faces of Avalokitsevara which are visible from every angle. The bas-reliefs depict vivid scenes of everyday life in 12th century Cambodia in a vast array of people, animals, even a circus complete with strong man, dwarfs, jugglers, and tightrope walkers. There are also elaborate scenes of war between the ancient Khmers and the Hindu kingdom of Champa, then located in present-day Central and South Việt Nam.—Trans.

Mười hai câu

Nguyễn Du viết Kiều hơn hai trăm năm
Gió vẫn lạnh trên vai người phận bạc
Chèo Quan Âm trẻ già đều thuộc
Nỗi oan khuất ở đời nào đã chịu vơi đâu.

Lép Tôn-xtôi viết "Chiến tranh và hòa bình"
Với hi vọng đó là cuộc chiến tranh cuối cùng trên trái đất
Mùa đậu xuống mộ Ông với màu cây thành thực
Có ai ngờ lại thấy máu nhiều thêm

Tôi đã gặp những dòng sông hùng dũng đẩy băng đi
Nhưng rốt cuộc cầm tù trong rét buốt
Nho biết vậy buông những chùm quả ngọt
Đến tay người gấp gáp trước mùa đông.

Twelve Lines

Nguyen Du wrote *The Tale of Kieu* over two hundred years ago
But wind is still cold on the shoulders of the ill-fated—
Quan Yin is known by young and old,*
But the unjust incidents of life will not subside.

Leo Tolstoy wrote *War and Peace*
Hoping it would be the last war on earth—
The seasons land on his grave in their true colors.
Who knew so much more blood would flow?

I've seen rivers bravely pushing icebergs
Only to be trapped in coldness.
Wise grapevines drop sweet grapes
Into your hands before winter.

The Tale of Kieu is the narrative poem *Truyện Kiều* written by Nguyễn Du (1765-1820) in the late eighteenth century, widely considered the masterwork of classical Vietnamese poetry. *Quan Yin* is Chinese for the Goddess of Mercy, the Buddhist deity, known in Vietnamese as *Quan Âm.* In Việt Nam her story is told through the traditional, popular opera *Quan Âm Thị Kính.*—Trans.

Cuối năm

Cuối năm rơm rạ nằm mơ ngủ
Tôi bước đi như có bao người
Chiều đông áo thắm ai vừa sắm
Sông nhớ người xa thưa thớt trôi.

Đời khi chợt thấy năm trôi vụt
Cá quẫy lòng ao cũng giật mình
Cây không đủ trái đền ơn đất
Mượn của trời thêm một chút hanh.

1992

Year's End

At year's end the hay sleeps and dreams.
I walk on like so many others.
In the winter afternoon someone wears a bright new shirt
Missing someone far away—the river flows haltingly.

I'm often startled by the speed of years.
Even fish writhing at the bottom of the pond are surprised.
Unable to bear enough fruit to repay earth,
A tree borrows a bit more sun from the sky.

1992

Phan Thiết có anh tôi

Anh không giữ cho mình dù chỉ là ngọn cỏ
Đồi thì rộng anh không vuông đất nhỏ
Đất và trời Phan Thiết có anh tôi.

Chính ở đây anh thấy biển lần đầu
Qua cửa hầm
Sau những ngày vượt dốc
Biển thì rộng căn hầm quá chật
Khẽ trở mình cát đổ trắng hai vai.

Trong căn hầm mùi thuốc súng mồ hôi
Tim anh đập không sao ghìm lại được
Gió nồng nàn hơi nước
Biển như một con tàu sắp sửa kéo còi đi.

Những ngôi sao tìm cách sáng về khuya
Những người lính mở đường đi lấy nước
Họ lách qua những cánh đồi tháng chạp
Trong đoàn người dò dẫm có anh tôi
Biển ùa ra xoắn lấy mọi người
Vì yêu biển mà họ thành sơ hở
Anh tôi mất sau loạt bom tọa độ
Mất chỉ còn cách nước một vài gang.

Anh ở đây mà em mãi đi tìm
Em hi vọng để lấy đà vượt dốc
Tân Cảnh
Sa Thầy
Đắc Pét
Đắc Tô

In Phan Thiet

He owns nothing, not even a blade of grass
Though the hills are wide, not even a small plot of earth,
Yet my brother belongs to the land and sky of Phan Thiet.

It was here he first saw the sea,
Through an opening in a bunker
After days of climbing—
The ocean immense, the bunker so narrow
A sand shower whitened his shoulders at the slightest motion.

The stench of gunpowder and sweat in that place,
The uncontrollable beating of his heart,
The intense moist wind,
The sea rocking as anxiously as a ship about to leave.

Stars shining in the deep night
Cut trails towards the water,
The soldiers groping through hills by their light that December,
My brother among them,
Ocean rushing forward, embracing all,
And love for the sea made them careless—
He died in bombs raining down
Only inches from the water.

Here you are elder brother, though I'd been looking
Elsewhere, hope motivating me to scale the slopes
in Tan Canh,
Sa Thay,
Dac Pet,
Dac To.

Em đã qua những cơn sốt anh qua
Em đã gặp trận mưa rừng anh gặp
Vẫn không ngờ có một trưa Phan Thiết.
Em một mình đứng khóc ở sau xe.

Cánh rừng kia còn trận mạc còn kia
Vài bước nữa thì tới đường số Một
Vài bước nữa
Thế mà
Không thể khác
Biển màu gì thăm thẳm lúc anh đi

Em chưa hay cánh đồi ấy tên gì
Nhưng em biết ngày ngày anh vẫn đứng
Anh chưa biết đã tan cơn báo động
Chưa biết tin nhà không nhận ra em.

Không nằm trong nghĩa trang
Anh ở với đồi anh xanh vào cỏ
Cỏ ở đây thành nhang khói của nhà mình
Đồi ở đây cũng là con của mẹ.

Lo liệu trong nhà dồn xuống vai em

Tiếng còi xe Phan Thiết bước vào đêm
Đèn thành phố soi người đi câu cá
Anh không ngủ người đi câu không ngủ
Biển đêm đêm trò chuyện với hai người.

Cứ thế từng ngày Phan Thiết có anh tôi.

1981

22

I've had the fevers you had,
Soaked in the same jungle rain you soaked in,
But never imagined an afternoon in Phan Thiet
When I would stand crying alone behind a car.

The jungle is still there, the battle ground still there.
A few more steps to reach Highway One,
Just a few more,
And yet
Nothing can change what is or what happened.
The sea is the same deep blue as when you fell.

I don't know the name of that hill,
But I know you are still standing there
Unaware the alert has long ended,
Unaware of news from home, or of your brother's face.

Not lying in a cemetery,
You live with the hill, turning green with its grass,
The blades of it have become our family's joss sticks,
And this hill is also our mother's child.

I've had to bear all other family concerns.

Car horns blare as night deepens in Phan Thiet.
Lights of the city show the way for a fisherman.
You do not sleep, and the fisherman does not sleep—
You both have nightly conversations with the sea.

In that way, Phan Thiet owns my brother.*

1981

* Capital of Thuan Hai Province, South Central Việt Nam, Phan Thiet is on the
coast of the South China Sea, 198 km east of Ho Chi Minh City. It is famous for
nuoc mam (fish sauce) and fishing industries. All North/South traffic along the
coast uses National Highway 1, which passes through Phan Thiet.—Trans.

Tôi bước vào thành phố

Tôi bước vào thành phố
Với nguyên mùi rơm tươi
Có đám mây vảy ốc
Thường thấy lúc chuyển trời.

Tôi hay héo như cây
Tôi hay buồn như nước
Ba bảy tấm gương mờ
Với bao nhiêu lối quặt.

Gập ghềnh đường tôi đi
Không một ai ngó tới
Bỗng nhiên họ xúm lại
Gặp bùn tôi trượt chân

Không phải đỡ tôi lên
Họ xem cho đỡ tẻ

Tôi bỗng nhớ đến mẹ
Dặn khẽ lúc lên đường
Tôi viết vội thư thăm
Không nói gì chuyện ngã.

Mẹ tôi đã già rồi
Đời không ai biết cả
Tôi bước vào thành phố
Vết sẹo dìu tôi đi.

1989

24

I Walk into Town

I walk into town
Smelling of fresh hay
Beneath a clump of seashell clouds
One sees when the weather changes.

I'm often withered like the trees,
Sad like water—
Three, no, seven unclear mirrors
With so many turns.

I walk a rough road,
No one pays attention, but
Suddenly they gather and
I fall in the mud.

Without moving to help
They watch to relieve their boredom.

I'm reminded of mother
Quietly advising me before I left.
I wrote a quick letter
But said nothing about falling down.

My mother is old.
No one knows her.
I walk into town,
My scars guiding me.

1989

Buổi sáng thức dậy

Buổi sáng thức dậy
Bắt gặp tình thương đi đưa đám hận thù
Qua con đường những đám mây bị nhiều phen rượt đuổi

Buổi sáng thức dậy
Mùa đã qua, mùa đã qua
Những khung cây hoang vắng
Đi qua nhiều mũ áo
Để tìm một bàn tay

Thấm mệt tôi ngồi nghỉ
Bóng mát một chùm gai.

1989

Waking Up in the Morning

Waking up in the morning
I caught love on the way to vengeance's funeral
Along a path where clouds are often chased.

Waking up in the morning
The season has passed, it has passed,
A desolate frame of branches
Sweeps over hats and clothing
To search for a hand—

Tired, I sit to rest, the cooling
Shadow that of a thorn bush.

1989

Chiếc vó bè

Chiếc vó bè đã đặt xuống rồi
Đặt đúng chỗ phập phồng hôm trước

Sóng miên man hao hụt cả hoàng hôn
Bác ngư dân nhọc nhằn cất cả bóng mình lên

Nước cả sóng to cá đàn ham sống
Cố lách qua hy vọng của con người

Chiếc vó bè lại đặt xuống rồi
Đặt đúng chỗ đợi chờ hôm trước

Bác ngư dân lại bắt đầu thử sức
Với dòng sông với bầy cá tinh ranh

Ngày nào cũng là ngày đầu tiên, lần nào cũng là lần đầu tiên
Lòng kiên nhẫn cho người thêm mắt lưới.

Chiếc vó bè lại đặt xuống rồi ...

1982

Wooden Raft

The raft is lowered
To where it was rocking the other day.

Ceaseless waves eroding even the dusk,
An old fisherman struggles to hoist himself.

Out in the strong waves a school of fish yearns to live,
Trying to get past men's hopes.

The raft is lowered again
To where it was waiting the other day.

The old fisherman tests his strength
Against the river and cunning fish.

Everyday a first day, every time a first time.
Patience gives men more netting.

The raft, lowered again...

1982

Những kẻ chặt cây

Những hàng cây lặng lẽ bảo vệ mình
Bằng chính búp của thói quen đem tặng
Trời bỗng gần hơn mây bớt vắng
Cây gày gò bừng thức có tình sao.

Cùng lúc đó một tên dậy sớm
Đi tìm sao như mọi sáng đi tìm
Và nó chặt
Và tiếng chim tan vỡ...

Không hiểu vì sao bóng mát bị trả thù
Bị xua đuổi tội tình đến vậy
Tôi thành kẻ bị lột trần trơ trên
Cả lục nhìn nhau côi cút dưới bầu trời.

Kìa nó đấy, kẻ chặt cây lại đến
Tôi lặng lẽ lo âu cho những người đứng cạnh.

Đêm 20/1/1988

The Tree Cutters

The trees silently protect themselves
With the very buds offered by habit—
The sky suddenly nearer, clouds gathering,
The thin trees wake with love from the stars.

At the same moment, one man wakes up
Looking for the blade as he does each morning—
He cuts
And a bird song shatters.

I can't imagine how cool shadows suffer such vengeance,
And being pushed so miserably away.
I become the one stripped naked.
The rest look at one another, orphaned beneath the sky.

There he is, the tree cutter again.
I silently fear for the people next to me.

20/1/1988, Night

Người ấy

Tôi ở giữa mọi người
Muốn làm nhân trong quả
Tôi cười nói huyên thiên
Cả tin và nhẹ dạ
                Bỗng
                    một người
                        lặng lẽ
                            quay đi
để lại
    tấm lưng
        lạnh lùng
            cương quyết
Tôi bỗng nhận ra khoảng trống của đời mình.

1982

32

That Person

I am among all the people
Wishing to be the pith of the fruit
I laugh, speak loudly,
Gullible and naive
        suddenly
            a person
                turns silently
                   away
Leaving behind
        the back
            cold
              and determined.
Suddenly, face to face with the emptiness in my life.

1982

Hỏi

Tôi hỏi đất: Đất sống với đất như thế nào?
-Chúng tôi tôn cao nhau.

Tôi hỏi nước: Nước sống với nước như thế nào?
-Chúng tôi làm đầy nhau

Tôi hỏi cỏ: Cỏ sống với cỏ như thế nào?
-Chúng tôi đan vào nhau
Làm nên những chân trời.

Tôi hỏi người: - Người sống với người như thế nào?

Tôi hỏi người: - Người sống với người như thế nào?

Tôi hỏi người: - Người sống với người như thế nào?

1992

Asking

I ask the earth: How does earth live with earth?
—We honor each other.

I ask water: How does water live with water?
—We fill each other up.

I ask the grass: How does grass live with grass?
—We weave into one another
  creating horizons.

I ask man: How does man live with man?

I ask man: How does man live with man?

I ask man: How does man live with man?

1992

Tám câu

Không giữ nổi một mình
Nhớ em, chia cho sóng
Nhấp phải chút tương tư
Thế là chiều biển động.

Trời biết ta xa cách
Soi biển, soi không đành
Xuân chưa về đủ lá
Mưa ẩm cả hồn anh.

Xuân 1994

Eight Lines

Unable to stand it alone
I mourn for you with the waves—
Having sipped lovesickness,
By afternoon the sea is raging.

Heaven knows we are apart,
I don't dare look at my reflection on the water—
Spring hasn't fully returned with its sheltering leaves,
And the rain dampens my soul.

Spring 1994

Em

Có kẻ rủa em chết đi
Vú em mỗi ngày mỗi ngọc.

Có kẻ mong em tàn tật
Tóc em xanh
Trời xuống ngó
Em bước qua chỗ lội
Một mình
Rũ áo
Thả gió cho mây.

Có kẻ mong em mồ côi
Em cứ hát giữa chuồn chuồn bay thấp.

"Mây đen đi đóng cửa trời
Lá non mong thấy mặt người sau mưa."

4/1988

You

Someone wishes you dead,
But your breasts become more like precious jade each day.

Someone wishes infirmity upon you,
But your hair is black
And heaven comes down to watch
You wade through the mud
Alone
Shaking your shirt out,
Returning wind to the clouds.

Someone wishes you orphaned,
But you sing among low-flying dragonflies.

"Black clouds have gone to seal heaven's gates—
Young leaves hoping for someone's face after rain."

4/1988

The final couplet is from lyrics to a song written by Hữu Thỉnh.

Thơ viết ở biển

Anh xa em
Trăng cũng lẻ
Mặt trời cũng lẻ
Biển vẫn cậy mình dài rộng thế
Vắng cánh buồm một chút
                    đã cô đơn.

Gió không phải là roi mà vách núi phải mòn
Em không phải là chiều mà nhuộm anh đến tím

Sóng chẳng đi đến đâu
                    nếu không đưa em đến.

Dù sóng đã làm anh
Nghiêng ngả
Vì em.

Poem Written by the Sea

When you're far away
The moon too is alone,
The sun alone,
The sea, proud of its vastness,
Is quick to be lonely
                 when briefly without sails.

The wind is not a whip, but still erodes the mountainside.
You are not an evening, but dye me violet.

A wave goes nowhere
                 if it isn't bringing you back.

Even so,
It staggers me
Because of you.

Thảo nguyên

Em đi chiều bỏ không
Thất tình loang bóng cỏ
Lá đem những mảnh chiều
Trút đầy lên nỗi nhớ

Tê tái của lòng anh
Đem ghè mà khó vỡ
Gọi em tàn cơn mưa
Thảo nguyên còn để ngỏ.

Đông 1988

Mountain Grass

You left, leaving the afternoon empty,
A shadow of lovesickness staining the grass—
Leaves gather the fragments of afternoon
And heap them upon the longing.

I've tried to rupture the sorrow
In my heart, but it will not break—
I call out to you until the rain ends.
Even the prairie grass, lonely.

Winter 1988

Bình yên

Ngỡ ôm chèo theo sông
Lại ngược lên với suối
Bắt đầu là bóng núi
Vô cùng như mắt em.

Gió níu gió lặng im
Thế là trời để ngỏ
Cho ta đến với mình
Trong thầm thì tiếng cỏ.

Anh muốn bế cả chiều
Hôn lên ngày gặp mặt
Tình đầy trăng vẫn khuyết
Em xanh ngày đang xanh.

Những chùm quả bình yên
Rơi xuống triền núi vắng
Trời muốn nói câu gì
Ngó ta
Rồi im lặng!...

1992

Serenity

I thought I was holding the oars to sail downriver
But found myself going upstream,
Mountain shadows at the outset
Endless as your eyes.

The wind hanging upon wind, in stillness
The sky wide open
Allowing us to come to ourselves
In the whispering grass.

I wanted to carry the whole afternoon,
Kiss the day we met,
Our love full but the moon not,
You fresh with day's newness.

Serene clusters of fruit
Rolled down the deserted mountain—
The sky was about to say something,
Looked at us
And remained silent.

1992

Ấm lạnh

Đêm nay là cái đêm gì nhỉ
Rét biến thành dây để trói tôi
Em ở kề bên hoa trước mặt
Ngày mai thương nhớ đã qua trời

Mátxcơva, 1987

46

Hot Cold

What night is this night,
The cold turned to ropes binding me.
You're beside the flower facing me.
Tomorrow, love would have to cross the sky.

Moscow, 1987

Em còn nhớ chăng

Ai đưa đò tình
Dạt vào bến lở
Còn lại mình anh
Gom từng mảnh vỡ.

Tháo cả mái trời
Che không đủ ấm
Đội nghìn cơn mưa
Không nhoè kỷ niệm.

Như cây tìm lá
Như cá tìm vây
Anh gọi khản lời
Chiều dang dở gió.

Mở trăng ra tìm
Trăng còn in bóng
Mở cỏ ra xem
Cỏ còn hơi ấm.

Hoa vẫn ngày nào
Không an ủi được
Tình bao nhiêu bậc
Em còn nhớ chăng.

9/1989

Do You Remember Still

Who pushed the boat of romance
Into the broken dock
Leaving me alone
To collect the fragments.

Even a roof the size of the sky
Couldn't give enough warmth,
And a thousand rains
Wouldn't wash away the memory.

Like a tree looking for leaves,
A fish looking for scales,
I call until hoarse,
Wind rising in the afternoon.

Open the moon to look,
Moon still reflects shadows.
Spread grass to look,
Grass is still warm.

Flower is like before,
Inconsolable—
How many levels our love has,
Do you remember still.

9/1989

Tạm biệt Sầm Sơn

Tạm biệt nhé thôi đành tạm biệt
Tán bàng ven biển đôi mắt nước mưa
Tạm biệt nhé thôi đành tạm biệt
Một Sầm Sơn mà biết mấy tình cờ.

Anh phải nói vòng vo anh yêu biển
Anh yêu trời để thú nhận yêu em
Anh cứ khen người tốt đôi tốt lứa
Để giấu đi bao nỗi xót xa thầm.

Cũng có thể Sầm Sơn còn trở lại
Nhưng mây kia đã cổ tích xa vời
Cũng có thể biển này còn gặp lại
Em đã thành muối xát ở trong tôi.

Thanh Hoá, 8/1991

50

Farewell for Now to Sam Son[*]

We have to say farewell for now,
Beneath the shade tree by the shore, with rain soaked eyes.
Farewell, we have to say farewell,
Only one Sam Son, but so many twists of fate.

Roundabout, I say I love the sea,
Love the sky, to say I love you.
I marvel at perfect couples
To hide my sadness.

Perhaps I'll come back to Sam Son
But those clouds will be distant stories—
Perhaps I'll see this ocean again,
But in me you will have turned to salt.

Thanh Hoá, 8/1991

[*]Sam Son is a famous beach resort 170 kilometers south east of Hà Nội,
near the 17th parallel in the province of Thanh Hoá.—Trans.

Vu vơ

Gọi tên những ruộng không mùa
Những cây mất lá những chùa lạc chuông

Gọi tên năm bảy nẻo đường
Bóng mây tha thiết sương buông thật thà.

Gọi xa bạc phếch đường xa
Gọi gần khăng khít đôi ta đang gần.

Em vừa gỡ gió ngoài sân
Anh vừa góp được một lần vu vơ.

1993

Nothingness[*]

I call out the names of seasonless fields,
Trees without leaves, temple bells out of tune.

I call out the names of five, seven roads,
Clouds fervent, fog descending earnestly.

Call far to fading roads,
Call near to our moment of togetherness.

You've dismantled the winds out in the garden.
I've put together this one time, this nothingness.

1993

[*]*Vu vơ* (the Vietnamese title of the poem) is a poetic concept denoting something "vague." The wind is often described as *Vu vơ* : vague, not concrete, not solid. A sadness that's *Vu vơ* is a light, indistinct sadness without any apparent reason or cause. It has no concrete parallel in English.—Trans.

Chăn–Đa em ơi

Cũng tại tôi đa tình
Nên bây giờ phải khổ
Đã biết em cách trở
Cớ gì còn đa mang.

Nhớ sen đi tìm đầm
Gặp toàn bong bóng nước
Quay về hoa vẫn cúc
Anh cầm như trăm năm.

Kẻ ghét cứ phải gần
Người yêu đành xa cách
Mây dẫu thương mặt đất
Không thể nào không bay

Đường cũ vẫn đông người
Đi về đâu không biết
Cây tự cho bóng mình
Mà trời không bớt gắt.

Chùa xưa, sư vẫn đây
Khói nhang buồn thăm thẳm
Phật thấu hết mọi điều
Hỏi em, đành im lặng.

Bồ đề mùa lá rụng
Bay mờ trong hư vô.

Phnôm Pênh, 1985

Chandra My Dear*

Because I'm prone to love
I have to suffer now—
Knowing there were obstacles to you,
Why did I allow myself the emotions?

Wanting lotus blossoms, I searched for the pond
But found only water bubbles,
Returning with chrysanthemums instead,
Like those I've held for a hundred years.

You're always near the ones you hate,
And far from those you love—
In the way clouds love the earth's surface
But can't avoid floating off.

The old path is still full of people
Going who knows where—
The tree gives itself some shade,
But the sun does not decrease its intensity.

In the old temple, there's still a monk,
Smoke and incense, profound sadness—
Buddha, all-knowing,
Asks about you, but I remain mute.

Banyan trees in leaf-dropping season
Floating faintly in the void.

Phnom Penh, 1985

---

*Chandra, intended as a woman's name in this case, also means "moon" or "luminous" in Sanskrit.—Trans.

Tự thú

Ta đâu có đề phòng từ phía những người yêu
Cây đổ về nơi không có vết rìu
Ôi hoa tặng, chiều nay ai dẫm nát
Mưa dập vỡ trên đường em trở gót.

Người yêu thơ chết vì những đòn văn
Người say biển bị dập vùi trong sóng
Người khao khát ngã vì roi mơ mộng
Ta yêu mình tan nát bởi mình ơi.

1987

Confession

We don't put up defenses against those we love—
Trees fall away from the ax mark.
This afternoon, who crushed the gift of flowers
Now flattened by rain where your footsteps passed?

The poetry lover dies in games of prose,
The seasick drown in waves,
The desperate fall under the whip of hope—
I love you and am shattered by you.

1987

Đi dưới cây

Tôi lặng bước dưới cây
Sinh nhật của cánh chuồn
Lá rơi lá rơi buồn bã
Đất đón nhận những ân nhân của mình
Tưng bừng rồi ăn hết

Từng tốp từng tốp gió
Kéo qua tôi
Về thăm những đội rùa thân hạc
Về thăm trong đầm còn một bông sen
Về thăm cuốc cày than thở

Tôi lặng bước dưới cây
Chiều đã làm tan chợ
Những lời ngon ngọt bày bán khắp nơi
Con chim đói ăn phải bay về mùa cũ.

Tôi lặng bước dưới cây
Hồi hộp với món quà lạ mặt
Cô đơn đầy đường không ai thèm nhặt
Ngỡ đứng trông người...

1990

Walking under the Trees

I walk in silence beneath the trees
On the birthday of a dragonfly.
Leaves fall, they fall sadly—
Earth welcomes its benefactors
In celebration, then devours them all.

Bit after bit of wind
Flows past me
Returning to visit turtles wearing herons on their backs,
Returning to visit a pond with a single lotus blossom left,
Returning to visit sighing plows and shovels.

I walk silently under the trees
After the market is closed.
Sweet words are sold everywhere,
The hungry birds fly back to the old season.

I walk silently under the trees,
Anxious with this strange gift—
No one else bothers to gather all that loneliness from the streets,
And the path stands waiting for people...

1990

Một ngày

Chiếc ly còn trên bàn
Thêm một ngày kỷ niệm chưa bị đem bán
Em chưa đứng chợ đen
Kiếm ăn bằng lừa đảo.

Thêm một ngày yên tâm nhìn các con
Chưa bôi xóa chưa phản loạn
Bạn cũ ghé thăm nhà
Chưa theo kiểu hợp đồng hai chiều.

Anh cầm đũa và vuốt tóc em
Thêm một ngày bằng bàn tay thanh
Uống nước còn biết tự xấu hổ
Chưa hắt cặn sang người khác

Người xanh người đỏ
Gánh gió leo dây
Bắc thang hỏi trời
Đèn khêu trước bão.

Thêm một lần đi trên gai
Thêm một ngày được làm người lương thiện.

10/9/1987

60

A Day

The glass is still on the table,
Another day in which memories have not been sold,
And you haven't gone to the black market
To make your living by fraud.

Another day I can look at my children in peace—
They're still clear, still loyal.
Old friends still come to visit
Without contracts to do so.

I hold my chopsticks and caress your hair—
Another day with clean hands.
I still possess shame while drinking,
And don't toss what's left onto others.

Some in blue, some in red,
Riding the wind, climbing the rope,
Up the ladder to petition heaven,
A lamp in the storm.

Another time walking on thorns,
One more day I can be a decent man.

10/9/1987

Trông ra bờ ruộng

Trông ra bờ ruộng năm nào
Mưa bay trắng cỏ, cào cào cánh sen
Mẹ tôi nón lá bước lên
Mạ non đầu hạ trăng liềm cuối thu.

Quanh quanh vẫn một mảnh bờ
Bấy nhiêu toan tính đến giờ chưa yên
Mẹ tôi gạt cỏ bước lên
Cỏ dày, cây lúa phải chen nhọc nhằn.

Xoè tay tính tháng tính năm
Tính người? Nào biết xa xăm cõi người
Gié thơm ai đã gặt rồi
Đồng quang bóng mẹ nắng nôi một mình...

Looking toward the Fields

Looking toward the fields of earlier years,
Rain whitens the grass, grasshoppers spread their lotus wings,
Mother walks about in a conical hat,
Young rice stalks begin summer, a crescent moon ends fall.

Around the fields, the same borders—
So much planning then, still unsettled now.
Mother parts the high grass to step through,
In thick grass rice stalks struggle to rise.

Spreading one's fingers to count months and years.
And to count people? Who knows about the distant human world?
Someone has already harvested the fragrant rice.
In the field, mother's shadow alone beneath the sun.

Chạm cốc với Xa-in

Dãy núi A-la-tau có vẻ đáng kính của một nỗi buồn
Nho lại bắt đầu, không có gì mới
Xin nâng chén vì anh! Ta chúc những gì đây
Tuyết quê anh nhiều, xin cho tôi như tuyết.

Những đôi trai gái ôm hoa vào phòng cưới
Họ yêu nhau không có kinh nghiệm gì
Họ nhảy và hát không có kinh nghiệm gì?
Họ chia tay nhau không có kinh nghiệm gì.

Tôi và anh, không có kinh nghiệm gì
Càng viết càng thấy mình yếu đuối
Đường nhân nghĩa chừng nào còn lắm bụi
Anh hiểu vì sao tôi ít lời

Anh hiểu vì sao tôi hay nhắc mẹ tôi
Nỗi ám ảnh suốt đời day dứt
Đối với mẹ sẽ là đòn đau nhất
Có kẻ nào rình ném bẩn lên con.

Giữa tiệc rượu và hoa, tưởng chừng không đúng lúc
Nhắc đến nỗi đau những uất ức ở đời
Làm sao được, rượu hoa thường ít
So với chia ly, gian dối, dập vùi.

Miếng cơm manh áo che khuất mẹ tôi
Sự vô tình che khuất mẹ
Người thường vắng mặt trong các cuộc vui
Tóc bay trắng trong buổi chiều gió bạc.

Drinking with Xa-In*

The A-la-tau mountain range has a respectable face of sadness.
The grapes have begun again, nothing new.
I raise a toast to you! What shall we drink to?
Your homeland has lots of snow, so let me be like snow.

Carrying flowers to the betrothal room,
Couples love without much experience—
They dance and sing without much,
Then separate without much.

You and I have no experience.
The more we write, the more we seem to weaken.
The path of human relations is covered with dust.
You understand why I say little.

You understand why I often mention my mother,
Unending obsession all my life—
For mother it would be the worst pain
If someone threw dirt on me.

In the middle of a banquet and flowers it's wrong
To speak of the pain and hurt in life,
But what can I do, wine and flowers are rare
Compared to separation, lies, suffering.

Struggle for survival obscures my mother,
Indifference conceals her.
She's often absent during celebrations,
Her white hair flying in the silver afternoon wind.

Thơ mỗi ngày người càng ít đọc hơn
Nhưng con chọn thứ vũ khí này bênh vực mẹ
Con đi trong mưa, mài trên đá
Gặp niềm vui càng thương mẹ nhiều hơn.

Xa-in ơi, anh không có vỏ bọc nào đáng ngại
Sống mỗi ngày càng nguyên chất cho thơ
Xin nâng chén mừng anh
Hoa táo nở

1987

Poems are read less and less by people,
But I chose this weapon to protect you mother.
I walk in the rain, forging myself upon stone,
And when I encounter joy, I love you even more.

Dear Xa-In, you have no facade.
Each day you live you stay pure for poetry.
Let me raise a glass in celebration.
Apple flowers bloom.

1987

*Xa-In, a friend of the poet's from Kazakhstan.—Trans.

Thơ dưới mái hiên

Gà không gáy trời vẫn sáng
Cây không héo đời vẫn buồn.

Tôi nép dưới mái hiên
Cố tin rằng hôm nay không còn ai bất hạnh.

Nhanh một bước vẫn còn tiếng thở dài
Chậm một bước vẫn đông người ăn uống.

Lá khóc cho ai?
Đẫm ướt đường dài

Mưa day dứt suốt mùa thu day dứt
Bao khát vọng mỏi mòn còn ở bên kia sông

1992

Poem under the Eaves

The sky brightens even without the cock's crow,
And without withering trees life is still melancholy.

I nestle under the eaves
Stubborn in belief the unfortunate no longer exist.

With a quick step, there's still a sigh.
With a slow step, still a feasting crowd.

For whom are the leaves crying,
Soaking the long road?

Unending rain through an unending autumn,
All longing still on the other side of the river.

1992

Im lặng

Qua bức tường mảnh trai
Qua cầu ao dễ ngã
Anh đi tìm
Em khuất tóc sau mây.

Anh đi tìm một ngày cau ấp bẹ
Hoa ngủ mê trong lá mơ hồ

Duyên nợ chiều má đỏ dẫn anh đi
Anh đi mòn mà mảnh chai vẫn sắc.

1993

Silence

Over the wall embedded with broken glass,
It's easy to fall from the bridge into the pond.
I go looking, but your hair
Has disappeared behind the clouds.

I look for a day when ripe betel nuts fall into palm fronds,
When flowers hazed in deep sleep fall into leaves.

Fate leads me, red-cheeked in afternoon.
I walk until worn out, but the pieces of glass are still sharp.

1993

Hạnh phúc

Ra sông vớt đám củi rều
Cha tôi mang về những khúc ca trôi nổi
Cây khế có thêm một vị buồn
Sấm hứa hẹn chân mây mà cơn mưa bay mất.

Một lũ con thơ
Một căn nhà chật
Ngoài ngõ vẫn đông người đi
Hàng xóm vẫn mịt mù cánh cửa.

Mẹ tôi hát nghìn câu có một câu chưa hát
Cha tôi gặp trăm điều có một điều chưa gặp.
Hạnh phúc

Cây rơm vẫn mơ thành đám mây vàng...

Thu, 1989

Happiness

Going to the river to gather driftwood,
My father brings home floating melodies.
The star fruit tree has a sad taste now.
Promises of thunder at the foot of the clouds,
    but the rain has disappeared.

A bunch of young children.
A tiny house.
Out on the street a passing crowd.
The neighbor's doors shut tightly.

Mother sings a thousand lines, but there's one she hasn't sung.
Father has met a hundred things, but there's one that he has not.
Happiness.

The hay still dreams of becoming golden clouds.

Fall, 1989

Tìm người

Chiều rung chuông...
Chiều rung chuông
Có con chim nhỏ bị thương cuối trời
Tôi nhởn nhác đi tìm người
Bước chân thì ngắn, đường đời thì xa.

1989

Looking for People

Bells ring in the afternoon.
They ring in the afternoon.
There's a wounded bird at the edge of the sky.
I'm frantic in search of people.
Life is long, these footsteps small.

1989

Thành phố bạn bè

Tôi đã ở sáu năm
Trên triền đồi Gia Cẩm
Nhà tập thể nửa gian
Chưa bận con, ở tạm.

Tháng, một lần "tranh thủ"
Đạp xe từ núi Đanh
Chờ hết giờ hành chính
Thủ trưởng cho khởi hành.

Hình như chiều thứ bảy
Dốc thấp hơn ngày thường
Vợ báo thêm suất khách
Tôi về thường nguội cơm.

Sáu năm tôi đi về
Vui buồn cùng thành phố
Việt Thanh và Việt Tú
Việt Trì trong tên con.

Nửa gian rồi một gian
Dây phơi ngày mỗi chật
Nội ngoại đều ở xa
Bạn bè thương Thỉnh vất

Vợ đẻ ba năm đôi
Tôi thường đi công tác
Khi con đẹn con sài
Bạn bè lo chạy thuốc.

A Town of Friends

I lived for six years
On the hillside of Gia Cam,
Half a room in public housing,
No children yet, a temporary stay.

Each month, a trying time
Riding a bicycle from Danh Mountain,
Waiting for the workday to end
So the boss would let me start the trip.

On Saturday afternoons, the hills
Seemed less steep than on weekdays.
My wife announced a visitor's extra place,
But the rice was often cold by the time I got there.

For six years I came and went,
Joy and sadness with each town—
Viet Thanh, Viet Tu,
Viet Tri—used to name my three children.

Half a room, then a full room.
More crowded by the day with clotheslines,
Our paternal and maternal families both far away.
Friends loved struggling Thỉnh.

My wife gave birth to two children in three years,
And I was often on assignment.
When my children were sick,
It was friends who looked for medicine.

Lúc cao hứng bình thơ
Kéo nhau ngồi xuống đất
Khi mua gạo mua đường
Bạn nhường tôi đứng trước.

Thành phố ngã ba sông
Hai chiều nghe nước xiết
Câu thơ chưa kịp viết
Tin nhà: con biết đi

Việt Trì 1981

When inspired we'd pull each other
down to sit on the floor and read poems.
In line to buy rice or sugar,
Friends let me go ahead of them.

A town by the confluence of rivers,
I heard the water rolling in both directions.
No time to write even a line of poetry.
News from home: the child is walking.

Việt Trì, 1981

Thư mùa đông

Thư viết cho em nhòe nét mực
Phên thưa sương muối cứ bay vào
Núi rét đêm qua chừng mất ngủ
Sáng ra thêm bạc một nhành lau.

Ở đây tuyết trắng trên chăn mỏng
Bếp đỏ cơm trưa núi vẫn mờ
Mực đóng thành băng trong ruột bút
Hơ hoài than đỏ chảy thành thư

Chắn gió cây run trong rễ tím
Hạt ngô gieo xuống cũng co mầm
Có hôm đồng đội đi công tác
Nhớ đấy, nhưng mà...thêm lớp chăn

Gà buốt gáy lười dăm tiếng khản
Ca bát khua cho đỡ bất thường
Núi giấu trong lòng trăm thứ quặng
Anh bòn không kiếm đủ rau ăn...

Gạo thường lên sớm, thư thời chậm
Đài mở thâu đêm đỡ vắng hầm
Bao năm không thấy màu con gái
Vó ngựa nghe nhầm tiếng guốc em...

Mây đến thường rủ anh mơ mộng
Biết vậy, khuya em đỏ ánh đèn
Ước gì có chút hương bồ kết
Cho đá mềm đi núi ấm lên

Mèo Vạc, 3/82

Winter Letter

The letter I wrote you had smeared ink,
But the bamboo walls are thin, and fog kept leaking through.
On this cold mountain, I cannot sleep at night.
By morning, a reed stalk can fade.

White snow on my thin blanket.
The stove glows red for lunch, but the mountain remains hazy.
Ink freezes inside my pen—
I hold it over the glowing coals and it melts into a letter.

Blocking the wind, a tree with purple roots trembles.
Corn seeds shrivel underground.
On days when my comrades are on assignment,
I miss them, but ... there is an extra blanket.

The cold rooster crows lazily in a hoarse voice.
We beat on the cups, the bowls, to ease the strangeness.
The mountain hides hundreds of ores in its bosom.
I try, but can't find enough vegetables for a meal.

The rice often comes early, the letters late.
The radio is on all night to make the bunker seem less desolate.
So many years without women,
I mistake the sound of horse hooves for your footsteps.

Gathering clouds often invite me to dream;
knowing so, you keep the light glowing late.
Wishing I had some scent of soapberry
So rocks would soften, the mountains grow warm.

Mèo Vạc, 3/82

Nghe tiếng cuốc kêu

Những đám mây bay đi
Tôi với người ở lại
Cuốc kêu ngoài bến sông.

Cuốc kêu vì bẫy hiểm
Bèo leo theo nước lên
Tôi âm thầm gọi tên
Bàn ghế và quần áo cũ
Tuổi trẻ đột ngột về
Ngơ ngác nhìn tôi
Những cánh diều để chỏm
Vui hơn điều đáng vui
Bánh đa phồng giữa chợ
Che bớt một phần buồn
Tôi ngồi gọi tên những quân bài tam cúc
Xe pháo mã những ngả đường xa lắc
Còn lại thôi hồi tiếng cuốc kêu.

Cuốc kêu từ ngày chưa ai đặt tên cho cuốc
Cha tôi nhào đất đắp đường
Ông táo bằng đất
Chiếc chén bằng đất
Những người uống rượu lần lượt bỏ đi
Cha tôi cầm chiếc chén lên
Như cầm một phần đời mình
Đã khô ra thành đất

Cuốc kêu ngoài bãi xa

The Cuốc Birds Cry[1]

The clouds float off,
We stay behind,
The cuốc birds cry by the river docks.

They cry because the traps are dangerous.
Weeds float on the water.
I silently call out the names
Of tables, chairs, old clothing,
And suddenly my youth returns,
Looking at me in confusion,
Kites decorated like tufts of hair on a child's head
More joyful than the source of joy.
Rice crisps ballooning in the market
Cover some of the sadness.
I sit and call out the names of cards from the *tam cúc* game:[2]
Chariots, artillery, horses on distant roads.
Only the cries of the cuốc birds remain.

Cuốc birds have been crying since before they were named.
My father mixed earth to pave the road.
From clay
He sculpted the kitchen god, a bowl.
The wine drinkers left one by one.
My father held up the bowl
As if holding a part of his life
Dried into clay.

The cuốc birds cry in the far away fields.

[1] The Vietnamese cuốc bird is a crake (a number of species of which live in
Việt Nam). A member of the rail family, it's named for its cry, *cuốc cuốc*,
which can be heard throughout the summer.

[2] *tam cúc* is a children's card game.

Cuốc kêu từ ngày cây tre chưa đủ lá đan sàng
Trên đất ướt có người đến ở
Họ bắt đầu như một chiếc rễ nâu
Họ làm ra mọi thứ để nuôi nhau
Mong con cái có ngày mở mặt
Trời tối thì cậy ngọn đèn
Ngọn đèn bấc thắp bằng dầu lạc
Ngọn đèn bấc gió nhiều phen cướp mất.

Cuốc kêu nhiều xót xa.

Cuốc kêu từ ngày em lạy mẹ lay cha
Đi theo một sợi tơ hồng
Về với anh thành vợ thành chồng
Tình yêu nhiều đứt nối
Ta xin rừng một chiếc giường con
Xin đất một chiếc ấm nhỏ
Một đời người mà chiến chinh nhiều quá
Em níu giường níu chiếu đợi anh
Em tránh mặt những người con trai đẹp
Đợi anh
Chỉ mong anh về
Áo rách cũng thơm
Chiếc chạn nhỏ với vài đôi đũa mộc
Anh cứ tưởng sau chiến tranh thì toàn là hạnh phúc
Chúng ta đã từng vò võ đợi nhau
Nhưng không phải em ơi, cuốc kêu không phải thế

*
* *

Cuốc birds have cried since the day bamboo leaves were too
        young to be woven into mats.
People settled on the wet soil,
Began like brown roots,
Created everything to feed each other,
Hoping their children would one day look up with pride.
In the dark they relied on lamps,
Storm lights fueled by peanut oil,
Lights often stolen by the wind.

The cuốc birds cry in the far away fields.

They've cried since the day you learned to bow
        to your mother and father.
Following the red silk thread,[3]
You came to me in marriage.
Love with its many broken strands and retied knots.
We asked the jungle for a small bed,
Clay for a small tea pot.
Just one life, but so much struggle.
You gripped the bed, clenched the mat waiting for me.
You avoided the faces of handsome men
And waited
Hoping only that I would return.
A torn shirt still smelled good.
A small cupboard with a few pairs of chopsticks.
I thought that after the war there would be nothing but happiness,
We had waited for each other diligently.
But it's not true, my love, the cuốc birds cry otherwise.

*
* *

---

[3] "red silk thread" is a traditional reference to a string of fate said to tie
two people together in love or marriage.

Có điều gì mà quốc kêu như xé
Tôi mất hai người anh
Cả hai đều rất trẻ
Sáng nay lại có người hàng xóm chạy sang
Mỗi lần sau đám tang
Lòng ai cũng héo
Dạ ai cũng sầu
Tôi cứ tưởng không còn ai xấu nữa
Tôi cứ tưởng tốt với nhau bao nhiêu cũng còn chưa đủ
Nhưng không phải, trời ơi, cuốc kêu không phải thế.

Giếng nước than lắm kẻ chao chân
Khu vườn than: có những con sên ngấp nghé lên trời
Qua mùa hoa thì bướm cũng bay đi
Tôi ngồi buồn như lá sen rách.

Cuốc kêu gì mà khắc khoải trưa nay

Tôi ngồi buồn tôi đếm ngón tay
Có mười ngón tay đếm đi đếm lại
Đếm đi đếm lại trời ngả sang chiều

Chúng ta bị cái chết gạt về một phía
Bị hư danh gạt về một phía
Phải vượt mấy trung khơi mới bắt gặp nụ cười.

Vừa bắt gặp nụ cười
Thì lại nghe tiếng cuốc.

7/1989

Something makes the cuốc birds cry as though screaming.
I lost two brothers,
Both very young.
This morning two neighbors came over.
Each time after a funeral
Everyone's soul is shriveled,
Everyone's heart mournful.
I thought there were no bad people left.
I thought no amount of kindness for one another would be enough.
But it's not true, Heaven, the cuốc birds cry otherwise.

The well laments that so many have wavering feet.
The garden laments: there are snails looking up at the sky,
After flower season the butterflies go away.
I sit, sad as a torn lotus leaf.

What tortured cries from the cuốc birds at noon.

Sitting, I sadly count my fingers
Back and forth, all ten,
Back and forth until late afternoon.

Death pushes us to one side.
False fame pushes us to one side.
We must cross many oceans to see a smile.

But soon as we see a smile,
We hear the cuốc birds again.

7/1989

II

Trường ca biển / The Sea[*]

*The literal translation of the title of this poem (*Trường ca biển*, originally published as a book-length work in 1994) is *Long Song of the Sea*. It is set in the Trường Sa archipelago (known in English as the Spratly Islands), located in the busy international sea-lanes of the South China Sea, about two-thirds of the way from southern Việt Nam to the southern Philippines. It consists of approximately 100 small islands and reefs spread over an area of nearly 410 square kilometers, with a land mass of less than five square kilometers. These undeveloped islands are situated in rich fishing grounds with the potential for enormous gas and oil deposits. They are claimed in their entirety by Việt Nam, China, and Taiwan, and sections are also claimed by Malaysia and the Philippines. Garrisons scattered throughout the islands are occupied by personnel from the several claimant states, but there are no indigenous inhabitants. Sovereignty claims (similar to conflicts over the Paracel Islands to the north) have long been a source of tension in the region. A number of incidents between Việt Nam and China have occurred there, including a 1988 naval battle at Spratly's Johnson Reef, in which several Vietnamese boats were sunk and over seventy sailors were killed. Vietnamese claims to the Trường Sa archipelago are long-standing, and in spring 1975, at the end of the Việt Nam-American War, units of the People's Army of Việt Nam moved to occupy islands in the chain previously held by the Republic of South Việt Nam.—Trans.

Chương một
ĐỐI THOẠI BIỂN

Đến một ngày kia những người lính đã tới biển của mình.
Cuộc gặp gỡ của triệu năm với đứa con trận mạc. Không chỉ
người lính lạ lẫm, chính biển lạ lẫm đầu tiên. Biển thốt lên:
"Người thắng trận sao mà hốc hác quá."

Những người lính cầm le te cành sú hue vàng, cầm luôn cả
một miền che chở mới. Người lính nói: "Tôi đi qua nhiều
bóng mát để về đây."

Bóng mát đã lùi xa. Mực tím đã trả lại cho tuổi học trò.
Tiếng gàu sòng đã trả về cho cơn hạn hán. Trước mặt là
biển, bốn bề là biển, hình như phải nói một câu gì với biển.

Và người lính nói:
- Hôm nay tôi thấy biển lần đầu.
Biển nói:
- Mái gianh nhà anh không nói thế
Vại nước gốc cau nhà anh không nói thế

Người lính nói:
- Tôi phải làm gì
Biển nói:
- Sống với nước hãy bắt đầu từ nước.
Đó là nghi lễ đầu tiên và nghi lễ cuối cùng.

I
SEA DIALOGUE

Eventually, the soldiers reached the sea. It was a meeting
between time and the children of battlefields. They felt
awkward, but the sea felt awkward too, calling out: "So
you've won a war, but you're shattered."

The soldiers held yellow mangrove branches, a new world
of camouflage. One said: "I've passed through many
shadows to get here."

But the shadows had receded. Purple ink returned to school
years, the time of students. The sound of water buckets
returned to drought time. They faced the sea, spread out in
all directions.

And the soldier said:
—It's my first encounter with the sea.
The sea replied:
—The thatched roof of your house contradicts that,
   and so does the water jar beneath your betel palm.

The soldier asked:
—What should I do?
The sea answered:
—If you live with water, begin with water,
   that is the first and last ritual.

Người lính nói:
- Mẹ dặn tôi: *Ra sông lấy sóng mà yêu*
Đường xa gặp núi lấy đèo mà tin
Tôi đã tin và chưa hề bị ngã
Biển nói:
- Không ngã chưa chắc đã khỏi chìm.

Người lính nói:
- Có bí quyết gì sau lớp sóng kia chăng?
Biển nói:
- Sống với nước hãy bắt đầu từ nước.

Người lính nói:
- Tôi đã đi suốt hai đầu đất nước.
Biển hiu hiu thán phục
- Những vết thương của tôi nhiều hơn cả tuổi đời
Biển hiu hiu thán phục
Và biển chỉ hỏi anh đơn giản điều này:
- Anh có biết bơi không?

Người lính nói:
- Không phải ai cũng biết bơi. Thế mà sao vẫn rất nhiều cái
hươ tay hãnh tiến.

Biển nói:
- Họ đang bơi trên số phận của mình
Một nửa trí khôn của con người là tìm cách
chứng nhận mình và chứng nhận lẫn nhau.

The soldier said:

—My mother told me: *When on a river, choose to love waves—*
   On a long road, if you run into a mountain, have faith you'll
   find a pass. I believed it, and never fell.

The sea commented:

—Not falling doesn't mean you'll never drown.

The soldier asked:

—Is there a secret behind the waves?

The sea repeated:

—If you live with water, begin with water.

The soldier said:

—I've have been to both ends of the nation.

The sea quietly admired that.

—I have more wounds than years.

The sea quietly admired that as well,

Then simply asked:

—You know how to swim?

The soldier replied:

—Not everyone can swim, though many wave their arms,
   and charge ahead with pride.

The sea said then:

—They're swimming in their destiny.
   Half of man's intelligence is an attempt
   to prove himself and recognize others.

Người lính nói:
- Cây không đi tìm gió, nhưng kẻ thù sẽ đến tìm ta.
Ta lấy gì để che mắt chúng? Màu cát hay màu biển.
Biển nói:
- Còn lại chỉ mình anh

Người lính nói:
- Tôi phải làm gì?
Biển nói:
- Sống với nước hãy bắt đầu từ nước.

Người lính nói:
- Tôi có nhiều bạn
Tôi cầm tay nhiều người
Nhiều người cầm tay tôi
Tôi sẽ gọi tên ai đầu tiên trong cơn khát biển?
Biển nói:
- Kẻ thù nói ngoài khơi có vàng và tìm cách cướp vàng
Bạn bè nói ngoài khơi có sóng giữ và chia sóng cùng anh
Hãy gọi ai không biến sóng dữ của kẻ khác thành quà tặng
cho mình

Người lính nói:
- Bao năm rồi tôi nhìn mây biết gió nhìn cỏ biết mưa, cả
cánh chuồn cũng giúp tôi chạy thóc và nhà trước khi cơn
mưa đến. Gió ấy, cỏ ấy và cánh chuồn mau mắn ấy có giúp
gì tôi ở biển?
Biển nói:
- Đó là những đồng tiền để tiêu trên mặt đất.

The soldier said:

—A tree doesn't seek the wind, but our enemies will come
    looking for us. What should we use to blind them? The
    color of sand or the color of the sea?

The sea said:

—Only you remain.

The soldier said:

—What should I do?

The sea responded:

—If you live with water, begin with water.

The soldier said:

—I have many friends
    I've held the hands of many
    and many have held mine.
    Whose name should I call first in my desire for the sea?

The sea replied:

—The enemy says there is gold in the open sea, and will try
        to steal it.
    Friends say there are wild waves in the open sea, but will
        suffer them with you.
    Call out to those who don't turn the fierce waves of others
        into gifts for themselves.

The soldier said:

—For years I've watched the clouds to understand wind,
    observed grass to predict the rain, and even dragonfly
    wings have warned me to rush the rice indoors before
    storms arrived. How can wind, grass, and the speed of
    dragonfly wings help me at sea?

The sea replied:

—That's wisdom to spend on land, not at sea.

Người lính nói:
- Bao vốn liếng cả một đời cóp nhặt
Bước xuống tàu bỗng thành kẻ tay không
Biển nói:
- Những chiếc huân chương còn soi sáng trên bờ
Sống với nước hãy bắt đầu từ nước

Người lính nói:
- Xin tạm biệt những dây hòm dây cóc dây mai
Đến thay đôi thiếu đứt
Giúp ta xong buổi cày
Xin tạm biệt những củ nâu mê mệt ngủ
Chín dần bên dấu chân voi
Xin tạm biệt những buổi trưa bát vỡ những buổi tối hết dầu
những ban mai thổi lửa.
Tạm biệt em, nỗi éo le của anh, dang dở của anh, cay đắng
của anh; tạm biệt cơn khát tình vằng vặc.
Em đã đến thở than trên sáo trúc
Xua đêm đi thành mộng mị đời anh...

The soldier said:

—All the assets I gathered in a lifetime disappeared
    when I boarded the boat.

The sea said:

—Medals retain their shine on shore.
    If you live with water, begin with water.

The soldier said:

—I bid farewell to the *hòm* rope, the *cóc* rope, the *mai* rope*
    that came to replace the missing, the broken,
    helped me finish tilling the land.
    I bid farewell to roots in their deep sleep
    ripening under the thunder of elephants.
    I bid farewell to the noon of broken bowls, nights without
            kerosene, mornings building fires.
    Farewell my dilemma, my unresolved one,
    Bitterness, harrowing thirst for love.
    You've come to sigh with your bamboo flute,
    Chase the night away to become the dream of my life...

*hòm rope, cóc rope, mai rope: ship rigging terms.

Lời sóng 1

Những người lính ra đảo
Có dòng sông đồng hành

Năm dài và đất rộng
Vui buồn sau chiến tranh

Có người lính xây thành
Lẫn vào lau biên ải

Có bao người con gái
Đến thăm nàng Vọng Phu...

The Waves' Words, 1

Soldiers going out to the island
Are accompanied by a river

The long year and vast land
The joy and sadness after war

A soldier builds a fortress
Hidden in the tall reeds of the frontiers

How many girls
Visit the *Vong Phu* woman...*

*Located in mountainous Lang Son Province (far northeastern section of
Viet Nam), *Hòn Vọng Phu*, "Husband-Waiting Rock," is a natural rock
formation that resembles a woman holding a child, standing at the summit
of Tô Thị Mountain looking into the distance as if waiting. The figure is a
well-known symbol for the constancy of female virtues. One legend has it
that it represents a woman who married a student forced into the army by
a jealous official who also loved her—she went to the mountain every day
to see if her husband was returning, and eventually turned to stone. Yet
another legend says that a brother and sister were separated as children
during wartime. Later in life they met, fell in love, and unknowingly
married. One day they recognized a scar on the man's scalp after he shaved
his head, and realized they were related. He left immediately, and she
turned into a stone statue waiting for him to return.—Trans.

Chương hai
CÁT

Biển có đảo biển đỡ lặp lại mình
Đảo có lính cát non thành Tổ quốc

Đảo nhỏ quá nói một câu là hết
Có gì đâu chỉ cát với chim thôi
Cát và chim và thêm nữa chúng tôi
Chúng tôi lên với áo quần ướt át
Với nắng nôi muối sát thân tàu

Đảo hiện ra thử thách bạc màu
Bàn chân lính đánh vần trên đất đai Tổ quốc

Sau bao rợn ngợp
Hiện lên đời mình
Niềm vui nỗi khổ
Đo cùng trời xanh
Chưa kịp đặt ba lô
Chúng tôi cùng nhau bới cát
Dọn một chỗ nằm cho đồng chí hi sinh

Chúng tôi đặt anh cạnh mốc chủ quyền
Cát và cát
Ầm ào sóng biển
Gió và gió
Ngày ngày lại đến
Xóa đi phần mộ của anh nằm

Chúng tôi lại cùng nhau bới cát
Chôn anh thêm một lần
Cát và cát
Ngày ngày lại mới

II
SAND

With islands, the sea doesn't repeat itself so much.
Counting the soldiers and the sand beneath the water,
    the island becomes a fatherland.

The island is so small it ends in a sentence—
There isn't much more than birds and sand,
Sand and birds, and us.
We came ashore in wet clothes,
Sun and salt rubbing our boat.

The island appears, a faded challenge,
Soldiers' feet spelling words on fatherland soil.

After so much terror
In our lives,
So much joy and suffering
Measured against the sky,
There wasn't even a chance to drop our knapsacks
Before we had to dig up the sand, sculpting
a grave for a fallen comrade

We placed him next to the mark of sovereignty,
Sand and sand,
Sea waves exploding and whispering,
Wind wind
Day after day
Erasing his grave

So we dug up the sand
To bury him again
Sand and sand
Renewed day after day

Cát và cát
Ngày ngày lại trắng
Trắng như bàn tay trắng chúng tôi
Úp lên số phận của bạn mình

Chúng tôi vốc cát lên
Chúng tôi nghe cát nói
Chúng tôi bắt đầu như thế với Trường Sa

*

* *

Cát ở đây là lối đi
Cát là chỗ ăn cơm chiều ngụm nước
Cát là giường nằm gối đầu lên cát
Cát theo lá thư đồng đội gửi về

Cát ở đây là tất cả
Cát là tiền duyên cát là điểm tựa
Nơi chạm súng đầu tiên chốt chặn sau cùng
Sống cát là bệ tỳ
Chết cát là hoa tươi là nước mắt
Sống cát là màu che mắt địch
Chết cát là màu tang
Không có chỗ nào không có cát
Không có điều gì không có cát
Chúng tôi bắt đầu ngả bóng của mình lên

Bóng ngả về Đông về Tây về Nam về Bắc
Bóng chúng tôi nóng lên dưới cát
Bóng chúng tôi che lên Đất Nước
Giữ nguyên lời dặn của ông bà

Chúng tôi vốc cát lên
Chúng tôi nghe cát nói
Chúng tôi bắt đầu như thế với Trường Sa

Sand and sand
Day after day, white again,
White as our empty hands
Placed upon our friend's fate.
We scooped up the sand,
We heard it talk,
Beginning thus with the Trường Sa islands[1]

                    *
                 * *

Sand is the path
Sand is where we eat, drink water,
Sand is a bed layered on sand,
Sand drifts away with letters my companions send.

Sand here is everything,
Our predestination, fulcrum,
Place we first met enemy fire, the last stronghold.
Living, sand is the gun support,
Dying, sand is a fresh flower, tears.
Living, sand is the color to trick the enemy's eyes
Dying, sand is the color of mourning.

There's no place without sand,
Nothing is without sand—
We begin to let our shadows fall,

They fall East and West, South and North,
They burn on the sand, they
cover the homeland,
Respecting the advice of our ancestors

We scooped up the sand,
Heard the sand speak,
Beginning thus with Trường Sa.

*
* *

- Cấm đi câu đi tắm một mình
Xuống nước phải mang theo dao găm
Lũ cá he hay bổ từ trên xuống

- Cấm bơi xa miệng vực
Ở đấy nhiều sóng ngầm nhiều cá mực
Và nếu chẳng may
Nhất thiết phải bơi đứng
Cá mập không quen săn mồi thẳng

- Không được lệnh quân y
Cấm ăn một thứ lạ

Những mệnh lệnh lạnh lùng
Chúng tôi học từ máu người đi trước
Chúng tôi học để làm quen và đứng vững
Để có thể nói rằng tôi đang ở Trường Sa

Tôi đang ở Trường Sa
Trong đội hình Song Tử Đông, Song Tử Tây, An Bang, Nam Yết
Kết bạn với vô cùng
Đảo rập rờn chìm nổi những quả cân
Cân người lính và hiểm nguy đời lính

Bạn tôi đang thổi sáo sau hầm
Bỗng ngừng bặt
Giữa chừng réo rắt
Chúng tôi chạy ra
Chấp chới cánh tay ngoài năm sải nước

```
          *
       *  *
```

—NO FISHING, NO SWIMMING ALONE
    CARRY KNIFE IN WATER
    BEWARE: SHARKS OFTEN SLAM DOWN FROM ABOVE

—FORBIDDEN TO SWIM FAR FROM BEACH
    UNDERCURRENTS & SHARKS
    IN CASE OF BAD LUCK
    ALWAYS SWIM UPRIGHT
    SHARKS DON'T HUNT UPRIGHT PREY

—EAT NOTHING UNKNOWN
    WITHOUT PERMISSION OF MILITARY DOCTOR

Cold orders
We learned from the blood of others before us,
Learned so we would know and stand firm,
To say I am on Trường Sa.

I am on Trường Sa
In the formation of East *Song Tử*, West *Song Tử*, *An Bang, Nam Yết*.[2]
Befriending infinity
The island floats up and down like balancing weights
Weighing the soldiers and dangers in a soldier's life.

A flute playing behind the bunker
Suddenly stopped
In the middle of a haunting strain.
We ran out,
An arm was flailing five strokes away in the water.

Tiểu đội xếp hàng chuyển gạo
Sóng lườn quanh thân
Bỗng
Một tiếng hét
Một vũng máu
Một khoảng trống

Tôi gào lên
Im ắng rợn người

Tìm qua sóng
Gặp đàn cá mập
Rong rêu nhiều
Mà mất bạn
Bạn ơi!

Hôm đó đảo có thêm gạo mới
Chúng tôi đều bỏ cơm
Hôm đó đất liền ra thư
Chúng tôi bỏ thư ôm nhau khóc

Gạo chiều nay thành cơm cúng đưa tang
Thư chiều nay viết thêm vào lời điếu
Ngày mai lại có đoàn văn công
Em hãy đến
Ngổn ngang
Cùng im lặng!

Đời bao nhiêu trớ trêu mà đêm còn quá rộng
Đêm như là vắt kiệt các vì sao
Chúng tôi là lính đảo thời bình
Phải gồng mình cả khi yên tĩnh nhất
Để chống lại cái khoảng trống kia
Cái khoảng trống chực len vào đồng đội
Chực len vào giữa bạn và tôi

Our platoon was lined up transferring rice,
The waves danced around our bodies,
Suddenly
A scream,
A pool of blood,
An empty space.

I shouted, then
Terrifying silence—

Looking out through the waves
We spotted a school of sharks,
A lot of seaweed,
And lost a friend,
My friend.

That day new rice arrived on the island,
But we abandoned our meals.
That day letters arrived from the mainland,
But we ignored them and wept.

The afternoon's rice was turned into a funeral offering.
We added a eulogy to the afternoon's mail.
Next day the entertainment unit would come again, we thought:
Please come,
In turmoil
And in silence!

There's much irony in life, but night is still vast
As if night had wrung everything out of the stars.
Island soldiers in time of peace,
We must exert ourselves, even in calmest moments,
To struggle against empty space
Waiting to invade our companions,
Waiting to intrude between us,

Cái khoảng trống lạnh tanh vô nghĩa
Có ngay trong chính bản thân mình

Chúng tôi vốc cát lên
Chúng tôi nghe cát nói
Chúng tôi bắt đầu như thế với Trường Sa

*
* *

Tôi thức dậy với giấc mơ đầy cát
Cát đầy dấu chân chim
Chim đầy mùi trời
Trời đầy mùi thiên hạ

Công việc đầu tiên của một ngày là tiếp tục sống

Sống như ngày hôm qua
Cát làm chứng cho ta

Đôi khi phải gõ vào một cái gì đó
Để nghe tiếng con người

Đôi khi phải hát ê a vô nghĩa lý
Nhắc biển ta còn đây

Đôi khi nghe tiếng sét trong đài
Thấy trời đang gõ cửa

Đôi khi tối đèn tắt lửa
Ta bỗng dưng thành hàng xóm của ta

Cold, meaningless, empty space
Already existing within.

We scooped up the sand,
Heard the sand talk
Beginning thus with Trường Sa.

*
* *

I woke up in a dream full of sand
Punctured with bird claws,
Birds drenched with the odor of sky,
Sky drenched with the smell of people.

The first task each day is to go on living.

Live as if it was yesterday,
The sand bearing witness.

At times you must knock on something
Just to hear a human sound.

At times you must sing meaningless songs
To remind the sea we are here.

Sometimes the frying hiss of the radio
Is like eternity knocking.

Sometimes, the lamp dim and the fire sputtered out,
I suddenly become my own neighbor.

Gió Trường Sa
Biển Trường Sa
Nước thành vĩnh cửu có ta một thời

Trường Sa biển
Trường Sa trời
Có câu song sóng có lời tăm tăm.

Wind of Trường Sa,
Sea of Trường Sa,
In the eternal life of water, I had a moment.

Trường Sa sea,
Trường Sa sky,
A wavy sentence, a choppy line.

[1] Trường Sa archipelago (Spratly Islands). See background note on page 89.
[2] East Song Tử, West Song Tử, An Bang, Nam Yết: islands in the Trường Sa archipelago.

Lời sóng 2

Ngày anh trống chỗ trong hàng
Mây đem một mảnh nhỡ nhàng về quê
Có chiều cỏ trắng trên đê
Vào ra có chị đi về lẻ loi

Ngày anh về
Lúa đồng cúi hạt
Nước mắt đi trước người
Mộ anh đặt nơi chăn trâu thuở nhỏ
Cỏ đeo sương
Đường kê vấp

Mãn tang anh chị vẫn chưa già

Có người lính ở Trường Sa
Đi cùng anh dạo ấy
Thơm nín hương cau
Bời bời hoa bưởi

Trời còn bao nhiêu thu
Tóc chị thắm làm thót lòng nội ngoại

Có người lính ở Trường Sa
Đi cùng anh dạo ấy

Hôm nay lúa lại nhen đồng
Chim bay ngược bão hoa trong thiếp mời
Hôm nay tái giá chị tôi
Liền anh cùng với bao người đứng trông

The Waves' Words, 2

The day you left you left a hole in the lines,
A mass of clouds carried regrets back to the village.
There were afternoons of bitter grass on the dam,
Back and forth, in and out, your wife came and went alone.

The day they brought you back
The rice stalks bowed,
Tears came before people—
Your grave was where you once tended water buffaloes,
The grass wore dew,
Someone stumbled on the road.

When the mourning period was over, your wife was still young.

There was a soldier on Trường Sa
Who enlisted with you.
The betel nuts refused to be fragrant,
The grapefruit flowers bloomed in disorder.

Much of autumn remained,
Your wife's youth saddened both sides of the family.

There was a soldier on Trường Sa.
Who enlisted with you.

On this day rice stalks are budding again,
Birds flying against a storm of flowers on an invitation card.
She marries again today—
So many there watching

Chị tôi đi thửa hương vòng
Ngậm ngùi trên mộ cũ

Cháu ở lại cùng bà bống bống bang bang...

As she offers a coil of incense,
Sad and silent by your grave.

Your child left behind, singing with grandma.

Chương ba
TỰ THUẬT CỦA NGƯỜI LÍNH

Tôi sinh ra trước lức lên đèn
Bóng mẹ sáng lại mờ trong mắt cha hoảng hốt
Trong căn nhà đất
Tháng hai buồn tiếng thạch sùng kêu

Mẹ đã dắt tôi qua những miệng vực sâu của mọi sự rủi ro
Qua nhịp cầu không có tay vịn
Tiếng kẹt cửa cũng trở nên gió ớn
Khi con sài mẹ ngồi thức qua đêm
Nhà khó con đàn gió lọt qua phên
Kèo cột cũng khô gầy nữa mẹ

Châu chấu cào cào xanh tím rủ tôi đi
Những đồi cỏ may những bờ trống ếch
Cây bưởi ca dao cây cau cổ tích
Tôi âm thầm nuôi bống bống trong chai

Con mang về con bống của mẹ đây
Từ những ao chuôm nghìn xưa để lại
Họ quát mắng rồi ném bùn xua đuổi
Con đi hôi cấp giỏ đứng trên bờ
Con tới đâu cũng gặp toàn đồng cấm
Họ rải tung cả gánh cỏ tuổi thơ

Vỏ trấu rắc khắp cánh đồng dải áo
Lũ chuột đồng chép miệng trong hang
Con đi mót gặp toàn gốc rạ
Chiếc nón mê tha thủi giữ đồng
Đồng vắt kiệt nằm than trong gió bấc
Trâu húc nhau chạch rúc xuống bùn

III
THE SOLDIER'S STORY

I was born just before the lights came on,
My mother's shadow bright, then dim, in father's frightened eyes.
A February melancholy with chirping geckos
In our earthen house.

My mother carried me across the abyss of dangers and bad luck,
Across bridges without handrails,
Even the squeaking door turned into a cold wind,
And when I was sick she was up all night,
A poor family with many children, wind blowing through
        bamboo screens—
Mother, even the wood posts were brittle and thin.

Grasshoppers and crickets, green and purple, tempted me,
Hills of new grass, frog ponds and toads,
Grapefruit from folk poetry, betel palms from folk tales,
And I secretly raised goby fish in a jar.

I brought your gobies home, mother,
Out of ponds left from ancient times.
People screamed, scolded, threw mud to chase me away.
I was out stealing, up on the banks holding my basket.
Everywhere I went I encountered forbidden fields.
They threw away all the grass I gathered as a youth.

Rice husks spread like a coat on the fields,
Field rats smacking their lips in their burrows,
I went out gleaning, but found only dry roots,
My hat tumbling around the field.
The dry fields moaned in northern wind,
Fighting water buffaloes swamped themselves in mud,

Chồng bấm vợ nhảy qua rào trốn thuế
Tiếng trương tuần thét lác đầu thôn

Không không không mẹ dặn tôi không
Ngọt chả sợ đường đường không sợ lội
Cha đi vắng tôi trèo lên cây ổi
Cây ổi cho một búp sâu kèn
Và cứ thế với sâu kèn tôi hát
Cố tin rằng tôi không bị bỏ quên

Trứng ốc nhồi nở trắng dọc bờ ao
Con ếch sọc dưa đi tìm tức tưởi
Trời sùi sụt những cơn mưa tháng bảy
Tôi ngấm đầy nước mắt những ngày ngâu

Đom đóm ơi đom đóm dẫn đi đâu
Đêm là tàu lá sen che nửa phần trái đất
Ấy là lúc những vì sao xa lắc
Nối với tôi qua một sợi dây diều

Hòn sỏi lăn qua đồi sống trâu
Con cun cút lách mình trong cỏ chỉ
Tôi đâu biết có ngày xa mẹ
Mùa đông rồi hoa chít vẫn ngây thơ

Mặt đất bằng bỗng nổi loạn tê tê
Tổ mối nhỏ cũng bao lần tan hợp
Chim ngói cả tin mắc lồng oan nghiệt
Ngọn tơ hồng chết nghẹn giữa bòng bong

Cơn lốc đen đánh úp lá bàng
Tôi cảm thấy mùa thu đang mất máu

Husband signaled wife to jump a fence to avoid the tax man,
A night sentry howled at the entrance to the village.

No, no, no, mother said to me, no:
Sweetness does not fear sugar, and roads do not fear floods.
When father was out, I climbed a guava tree
That gave me a trumpet-shaped flower,
And with that flower I kept singing,
Trying to believe I had not been forgotten.

Snail eggs hatching white along the edge of the pond,
The cucumber-striped frog went in wounded search,
Heaven cried its rain of July,
I swallowed all the tears of those rainy days.

Fireflies, fireflies where are you taking me,
The night a lotus leaf covering half the earth—
That is, back when distant stars
Were linked to me through a kite string.

A pebble rolled past buffalo hills,
A quail wove its way through fine grass,
I never knew there'd be a day I'd be separated from my mother—
It was already winter, but the *chít* flower was still innocent.[1]

The flat surface of earth rioted,
Even termite nests rose and fell many times,
The gullible turtle dove stuck in cruel trap,
Young shoots choked to death in a tangle of vines.

A black whirlwind tossed the shade tree leaves upside down,
I felt the autumn losing blood,

[1]*chít* flower: a type of bamboo or reed (possibly *Thysanoloena maxima*) the
leaves of which are used for wrapping certain foods.

Một chút lửa hoa dong riềng cuối dậu
Sợ một ngày sương muối đến đem đi

Không ai nói với tôi rằng hoa bưởi sắp tàn
Chiều chỉ có một mình chim gõ kiến
Hoa sim tím quả sim cũng tím
Đồi treo đầy những túi mật trung du

Chiếc đuôi chồn mất hút giữa lau thưa
Tôi ngồi nặn đôi bàn chân tiếc nuối
Nhưng tôi vẫn không thể nào quay lại
Dù con đường chỉ có cỏ may thôi

Chong chóng quay đón mẹ dưới chân đồi
Tay mẹ héo ruộng bậc thang cấy rẽ
Tôi đỡ lấy chiếc áo tơi của mẹ
Mụn cua càng bò trên mảng sân con

Tháng tám khói lên luá xuống đòng đòng
Đồi phủ phục những đàn voi ngái ngủ
Chim tha rác ở đâu về vội vã
Cả khu vườn muốn bứt lá đem cho

Giếng nước đá ong soi hộ tóc đuôi gà
Đồng gặt vãn cô lấy chồng xóm dưới
Chuông khánh ngân nga gọi người vào hội
Có miếng trầu trong túi áo nâu non

Mẹ thắp hương khấn chín của đền
Ngửa tay cùng trời Phật
Hoa đại thấu lòng rơi trắng đất
Quay về cú vẫn kêu đêm

Blooming by the hedges, a little fire from *dong riềng* flowers[2]
I feared the frost would steal one day.

No one told me the grapefruit flowers were about to wither,
In afternoon there was only one bird,
The *sim* flowers and *sim* berries purple,[3]
Bags of midland honey hanging throughout the hills.

The fox's tail disappeared among thin reed stalks,
I sat full of regrets, massaging my feet,
But couldn't possibly turn back
Though the road had only young grass.

A pinwheel spun to greet mother at the foot of the hill,
Her hands dried from planting roots in the terraced fields—
As I took her raincoat,
A crab crawled through the small courtyard.

In August the smoke was rising, rice stalks bending
The hill prostrate before a sleepy herd of elephants—
Birds carried scraps back from some place in a rush,
The whole garden wanting to offer itself.

Her ponytail reflected in a laterite well,
A woman left to marry someone in a neighboring village
          after harvest,
And echoing bells called everyone to the festival—
In the pocket of a brown shirt, a piece of betel nut.

Mother lit the incense at the nine doors of the temples,
Turned up her hands to bow to Heaven and Buddha—
Jasmine flowers understood, dropping until the ground was white,
And when she came home the owls were hooting.

[2] *dong riềng* flowers: probably canna, specifically *Canna edulis.*
[3] *sim* flowers and *sim* berries: refers to *Rhodomyrtus tomentosa*, which has several possible English equivalents including Tomentose rose myrtle, downy rose myrtle, hill gooseberry, and hill guava.

Mẹ đành gọi bán lúa non
Liềm hái buồn quang gánh cũng buồn
Con muỗm xanh đi ở
Rơm rạ sang làm khói bếp nhà người
Bao giờ cho tới mùa sau
Lại mong rễ lúa bén vào giêng hai

Giêng hai về
Năm lại mới khi bước qua tháng Chạp
Giếng nước ngày xưa có người con gái hát
Ai ơi kêu lửa làm chi
Mẹ đang chạy bữa
Làm sao lấy lại thời son trẻ
Thời son trẻ hoa xoan
Nằm trong mồ những quả khô gió lắc

Nhưng mẹ biết có một màu giấy điệp
Bay tưng bừng làm ấm cả cây nêu

*
* *

Tôi sinh ra quả trám đã bùi
Rễ si buông cước lá sồi rưng rưng
Tôi chưa với tới trái bòng
Kiễng chân chóng mặt cầu vồng lên năm
Cầu vồng xanh đỏ tím vàng
Chim cu toan đổi chuỗi cườm trời cho
Tôi chưa thấy thế bao giờ
Người ta mua bán chức hờ trong thôn
Người ta ra cúi vào luồn
Một manh chiếu cũng chia phần thấp cao
Cá rô rạch ngược mưa rào
Hám gì bỏ nước cầu ao vào lờ

She was forced to sell young rice—
The sickle was sad, the carrying baskets sad—
The green mango became a servant,
The hay went next door to light someone else's stove.
How long it would be until the next season,
Hoping the stalks would take root again in January and February.

January and February came,
A year new once December passed,
By the old well a girl was singing,
 "Why do you stoke my fire so..."
Mother tried to come up with the day's meals.
How could she regain her golden youth?
Her golden youth, a lilac,
Already in a grave, dried-out fruit swaying in wind above it.

But, from memory, mother knew one color of mulberry paper,
Fluttering joyfully in air, that could even warm up bamboo trees.

                    *
                  * *

When I was born the olives had ripened,
The fig tree dropped its roots, oak leaves trembled.
Unable to reach the pomelo fruit when I turned five,
I stretched until I got dizzy as a rainbow,
A blue red purple yellow rainbow.
A dove was trying to exchange the bead necklace Heaven gave it—
I'd never seen that before.
People were buying and selling fake titles in the village,
They bowed on the way out, groveled on the way in,
Even a mat was divided between higher and lower ranks.
The climbing perch were crawling upstream in the rain,
So why bother to bait the nets downstream?

Tôi lớn lên
Vó ngựa giật mình đôi sấu đá
Gươm giáo hai hàng quan võ quan văn
Ông nhịn mặc để ăn
Ông nhịn ăn để mặc
Người đói và người rét
Sơn son và thếp vàng

Con sáo của mẹ tôi bay mất
Lượn một vòng qua mái tam quan

Tôi lớn lên
Có người thắt cổ sau chùa
Không ai kịp khóc
Chị sống đã mười chín năm
Người ta xóa đi trong nửa giờ đám

Người ta coi cuộc tình là tội phạm
Cây phướn sầu trên mặt đất hoang mang
Hồn chị nhập vào hoành phi câu đối
Nhìn xuống bữa tiệc tàn
Từ nay chúng nó toàn vận rủi
Sập chân quỳ một chiếc huyệt đào ngang

*
* *

Tôi được ăn bữa no đầu tiên
Cha phá kho thóc Nhật
Dòng khẩu hiệu trên nong nia thúng mẹt
Năm làng tôi đi cướp chính quyền
Tôi nhập tâm những chữ cái đầu tiên
Ngồi tránh đạn trong chiếc hầm thước thợ

I grew up.
Horse legs startled by two fighting crocodiles,
Swords and spears lined up in two rows, the martial and
        literary mandarins,
One foregoing clothes so he could eat,
One foregoing food so he could dress—
One cold, the other hungry, but all for appearances,
All vermilion and gilded frame.

My mother's magpie flew away
Circling once above the triple gate.

When I was growing up
Someone hanged herself behind the pagoda.
No one had time to cry,
Her nineteen years
Erased in a half-hour burial.

They considered love a crime.
A sagging banner touched the earth in sadness.
Her spirits entered the couplets engraved on lacquered boards
Gazing down upon the ending banquet—
From now on they will all have bad destinies,
Bending legs to kneel, bowing at her condemned grave.

              *
           * *

I ate my first full meal
When father broke into a Japanese rice warehouse,
Slogans painted on the pots, baskets and trays.
The year my village went to overthrow the government,
I was obsessed with the first letters of the alphabet
Sitting in a workers' bunker to hide from the bullets.

Tôi còn dễ mất hơn
Hòn cuội trắng trong chiếc bao diêm nhỏ
Một đứa trẻ bị bỏ quên và dễ vỡ
Vẫn bị rầy vì cài cúc so le
Tôi đã lớn để trở thành người lính
Thọc đôi tay vào chiếc túi của rừng
Chiến công đôi khi là tìm một ra thức gì ăn được
Để có giấc ngủ yên mười lăm hai mươi phút
Chúng tôi đào hầm hì hục suốt đêm

Đã đem theo những căn nhà mái thấp
Đường vào nam mưa mỗi lúc mỗi to
Đã giấu mình trong lá lau lá chít
Đã nấu nung để chớp giật không ngờ

Chúng tôi chưa bao giờ yên tĩnh
Đi như sông hiếu động như rừng
Đã để lại thảnh thơi cho cỏ
Và nhận về giông bão trên lưng

Đã khắc vào cây để nhớ một ngày
Để nhớ một người để thương đất nước
Đã để ít đời mình nơi ngã ba khốc liệt
Đã bông đùa xen kẽ với bom rơi

Tôi đã ăn những quả cà kho mặn
Hái trong vườn có nắng xiên quai
Có chú ve sầu làm tổ gốc cây
Kêu sốt ruột những ngày tôi đi vắng

Cố nhóm lửa lại vội vàng dấu khói
Cơm chín rồi cứ ngân ngấn thương nhau
Tiếng nai tác đi ăn than ngoài rẫy
Sao ta hoài thắc thỏm đâu đâu

It was easier to lose me
Than a white pebble in a small matchbox.
A forgotten, fragile child
Often scolded for buttoning his shirt wrong.
I grew up to become a soldier
Jamming his hands into the pockets of the jungle
Where sometimes a war trophy meant finding something edible.
For fifteen or twenty minutes of peaceful sleep
We dug trenches all night long.

We carried our low-pitched tents with us,
Rain getting worse by the moment on the road South.
We hid in the reeds wearing leaves,
Cooked and were quick to move.

Never still,
We moved like the river, active like a jungle
Leaving quietude to the grass
And took the storms upon our shoulders.

We carved on trees to remember a day,
To remember someone, to love our nation.
We left a little of our lives at brutal crossroads
And joked between falling bombs.

I have eaten salt-stewed eggplants
Picked from a sunwashed garden
Where a melancholic cicada built its nest at the foot of a tree
And sang grievously through the days I was gone.

We tried to light fires and hide the smoke.
The rice already cooked, we were too tearful with affection to eat.
A deer foraging in a field,
Why were we so worried over nothing?

Sao hay nhớ hay thương và hay vấp
Bước say mê trên sông núi hữu tình
Chiếc lá mở trước cửa hầm thân mật
Thư của trời súc tích chỉ màu xanh

Tôi đeo quanh cây của đất nước mình
Làm chùm quả dưới vòm trời nhiệt đới
Những chùm quả có nắng vào làm lõi
Cứ ngày ngày thơm thảo với quê hương

Tôi đã đi từ sự thất thường những dòng sông phương Bắc
Đến muỗi mòng của gió chướng phương Nam
Chính khẩu súng cũng ra chiều nghĩ ngợi
Đứng ưu tư bên cạnh chỗ tôi nằm

Dưới bầu trời khắc nghiệt của chiến tranh
Tôi ít nói nhường lời cho súng nổ
Chính khẩu súng cũng giúp tôi gạt bỏ
Tính hiếu kỳ như một sự trớ trêu

Tôi kết bạn suốt chiến trường ngang dọc
Bạn nói rằng bạn cũng nhớ thương ta
Ngày mai giải phóng bàng hoàng nghe tin bạn...!
Tôi khó ăn khó nói đến thăm nhà

                    *
                 * *

Con búp bê đi ngược đường ra trận
Đất nước những ngày xum họp đầu tiên

Cô gái yên lòng may một chiếc áo trắng
Người ta kể cho nhau cổ tích về rừng

Why all the longing, love, and stumbling
With such passionate steps through alluring landscapes?
Leaves greeted us at the entrance to intimate trenches,
The message from the sky: simple blue.

I swung through the trees of our country,
Becoming a bunch of fruit beneath the tropical sky,
A bunch of fruit with sunshine as a core,
Day after day sharing its scent with our nation.

I've journeyed from the irregularities of northern rivers
To mosquitoes of the difficult Southern winds.
Even my rifle seemed thoughtful,
Standing pensively next to where I lay.

Under the arduous war sky
I spoke little, letting my rifle explode—
Even the gun helped me discard
My curious nature like an irony.

I made friends all over the battlefields,
Friends also said they loved and missed me—
On the day of liberation I was shocked to hear my friend's news...!
And had trouble talking when I visited his family.

                    *
                *   *

The gift doll goes in the wrong direction towards the battlefield
Around the nation in the first days of reunification.
A girl calmly makes a white dress,
And people tell each other folk tales about the jungle.

Tôi chưa về thăm căn nhà mái thấp
Trên đôi kèo có một tổ chim
Và tôi chưa kịp nói với em
Đường lắm cát làng mình thương nhớ quá

Trước mặt tôi bây giờ là biển cả
Lại gặp núi non trong những chớp sóng thần...

I hadn't been able to return to my low-roofed home for a visit
Where a bird's nest rested in the rafters.
I had not been able to say to you:
There's so much sand on the road, and I missed our village so.

Before me now, the sea—
The crests of its waves confront me like mountains...

Lời sóng 3

Mầu ấu thơ của biển
Nhuộm bền trên áo anh
Chỉ vài vuông cát nhỏ
Cũng có bao thác ghềnh

Lặn sóng mò đá
Vác biển đắp cho bờ
Trồng cây che chắn gió
Dựng nhà trên cát khô

Rồi thành xóm thành làng
Đường ngang và ngõ tắt
Mây đậu cuối ngày đông
Ngả sang chiều thân mật

Đời chẳng dễ dàng hơn
Sau bao nhiêu lời chúc
Ta chẳng dễ dàng đâu
Sau bao người đi trước

Cây thời gian nhích đốt
Âm thầm bao tâm tư

Nồng nã những cơn mưa
Mang hồn năm tháng cũ
Người trước bỗng hiện về
Qua mảnh sành mảnh sứ

Cầm thời gian lên soi
Đất đai màu nguyên thủy
Cầm hạt cát lên soi
Dấu chân bao thế hệ

The Waves' Words, 3

The sea's childhood color
Has forever dyed my shirt.
Even in a few squares of sand
There are many cliffs and waterfalls.

Dive under the waves looking for a rock,
Take the sea back to the shore,
Plant trees to block the wind,
Build a house on dry sand

It becomes a neighborhood, a village,
A road across, a shortcut,
Clouds landing at the edge of a winter day
Turning into affectionate evening.

Life doesn't get easier
After good wishes,
And it doesn't get easier for me
After all the people who came before.

Inch by inch the time tree grows
So many untold stories.

Heavy rain after heavy rain
Bearing the spirits of past times,
The ancient ones who reappear
Through pottery, ceramic shards.

Look through time
To see the original state of the land,
Look at a grain of sand
To see the footsteps of generations.

Cổ nhân còn đâu đây
Như vừa ăn dở bữa
Giáo mác quắc đêm thần
Nhớ nhà ngồi khâu vá

Búi tóc dõi chân trời
Đùm nhau qua đói khát
Be bờ và đắp đập
Nước Việt ngoài khơi xa

Tiếng Việt giữa phong ba
Ấm lòng người giữa biển
Bao lần quân cướp đến
Nhếch nhác bao màu cờ

Chúng nó châu như đỉa
Chỉ vì ta là người
Tiếng Việt gọi hồn Việt
Giữ đất Việt ngoài khơi

Tiếng Việt là ngọn cờ
Hội quân trong đêm tối
Tiếng Việt để nhận nhau
Giữa bao nhiêu rắc rối

Cổ nhân vẫn còn đây
Máu chưa lành vệt chém
Mồ hôi vẫn còn đây
Còn mặn hơn biển mặn

Nợ cũ vẫn còn đây
Biển nham nhở sẹo

The ancient ones are still here, somewhere,
As though present at an unfinished meal.
Their swords and spears shine in divine night.
Homesick, one sits sewing, mending.

Tie up your hair, look at the horizon,
Help one another through hunger and thirst,
Build up the shore, raise dams,
Vietnam is far out on the open sea,

Vietnamese language, the tongue, in winds
And storm, warming those hearts at sea.
Time after time the bandits come—here,
There—how many flags, how many colors?

They gather like leeches
Just because we're human.
The Vietnamese tongue calls out to Vietnamese souls
Tending our land far out on the sea.

The Vietnamese tongue is a flag
Unifying soldiers in the night,
Helping them recognize each other
Amid confusion, complications.

The ancient ones are still here, somewhere,
Blood still running from a sword's gash—
Their sweat is still here,
Saltier than the sea,

The old debt still here,
The sea ugly with scars.

Nỗi chìm bao kiếp người
Dìu đảo ngoi trên sóng
Chim có nơi nghỉ cánh
Ngày về trên cát tươi

Nỗi chìm bao kiếp người
Qua tháng năm sứt mẻ
Cho Tổ quốc tròn tên
Việt Nam
Hai tiếng Mẹ.

The rising and sinking of human lives
Guide the island to emerge from waves,
A place for birds to rest their wings
Upon return to fresh sand.

Afloat or sunken, how many human incarnations
Across how many shattered years
So the fatherland could keep its name intact—
Việt Nam,
Two words in the mother tongue.

Chương bốn
ĐẤT NÀY

Tiếp đạn
Tiếp người
Hôm nay ta tiếp đất
Đất xẻ mình ra chắn sóng ngoài xa

Đất nặn thành gạch
Gạch sợ một mình
Tìm đến vữa
Đất ra khơi bắt gặp bức tường người

Đất dựng lên tên làng
Từ buổi cha ngâm mình trong nước
Vớt đất lên trong nước nóng luộc người
Cha bưng đất và bưng mồ hôi ngày khởi nghiệp

Không có đất không thể nào sống được
Cha nhễ nhại, trước cỏ lăn cỏ lác
Cha nhễ nhại trước nỗi thèm khát đất
Đêm nằm mê giun dế cũng thân tình.

Cần có đất để làm nên quê hương
Cần có quê hương để vui buồn sướng khổ
Đuôi trâu phất nửa vòng ngõ nhỏ
Gọi chiều về qua những mảnh tường chai

Luống hành hoa đội rạ đứng lay phay
Người tứ phương tụ hội về đây
Cắm cọc treo nồi
Đóng đinh móc rế

IV
THIS LAND

More bullets,
More men,
Today we add soil,
Because the ground divided itself to keep waves at bay.

Kneading the earth into bricks,
And bricks are afraid to be alone
So they go looking for mortar,
Earth goes out to sea and runs into a human wall.

The soil gets built up into a village.
From the day father was submerged in water,
Dredging earth from water so hot it could boil a man,
He carried soil and sweat from the first day he took up his work.

One cannot live without land.
Father sweats among rolling grass,
Sweats in the thirst for land,
In a feverish night where even worms and crickets could be friends.

You need land to create a nation, and you need
A nation to feel joy and sadness, pleasure and pain.
The water buffalo's tail swings in a half circle at the small gate,
Calling afternoon home over glass shards embedded in the wall.

A row of flowering onions stands fluttering with hay,
People from the four corners gather,
Driving stakes, hanging pots,
Putting up nails, hanging baskets,

Trồng mùa thu bằng cây thị
Thả mùa hè bằng ngó sen
Cây lan có tên cho cô Lan có tên
Cây trúc có tên cho cô Trúc có tên
Lan và Trúc say lòng những chàng trai mới lớn
Lan và Trúc tiễn bao người ra trận
Và chiều nay cha gửi đất cho con

Đất chẳng bao giờ héo
Trời thăm thẳm không mòn
Khi vui chán vạn khi buồn một ta

*
* *

Đất này
Đấy này
Làng nước gửi ra
Cơm nắm cơm đùm
Đi từ buổi trăng non còn ú ở
Người đổi phiên chợ
Kẻ nhường công trâu

Đất đi qua biển thì mau
Người đi qua nỗi khổ thì dài

*
* *

Growing autumn with the persimmon tree,
Releasing summer with the lotus bud.
The orchid has a name so Ms. Orchid can have a name,
Bamboo has a name so Ms. Bamboo can have a name—
Ms. Orchid and Ms. Bamboo infatuated so many young men,
They waved good-bye to so many who went off to battle.
This afternoon a father sends a gift of earth to his child.

Earth never withers.
Sky never ends.
Happiness in a crowd, sadness when alone.

               *
             *   *

This earth
This earth
Sent from the village,
Pressed rice, packed rice,
Departing with the young moon still babbling.
Some miss market day,
Others work like buffaloes.

The land quickly passes through the sea.
It takes much longer for people to pass through suffering.

               *
             *   *

Đất này
Đất này
Quê ta ngày hội đất
Đất đi dến đâu quê hương theo đến đấy
Quê hương đi đến đâu máu đi theo đến đấy
Máu chẳng bao giờ cũ
Cuốc cuốc cứ kêu hoài

Có nghe cuốc cuốc kêu hoài
Đèn khêu xóm vắng, bão ngoài biển xa
Người ta nhận đất quê ta
Đảo xin một mảnh sân nhà phơi trăng.

This land
This land
Today our homeland celebrates the earth.
Where the soil extends, the nation follows,
Where the nation goes, blood follows,
And blood never ages—
Cuốc cuốc the cuốc bird keeps calling,*

Cuốc cuốc it calls.
Light scratches the deserted hamlet, a storm on the distant sea,
Other people claiming the earth of our country,
The island asking for a section of courtyard to display the moon.

*The Vietnamese cuốc bird is a crake (a number of species of which live in
Vietnam). A member of the rail family, it's named for its cry, *cuốc cuốc*,
which can be heard throughout the summer.

Lời sóng 4

Trên bãi cát những người lính đảo
Ngồi ghép nhau bao nỗi nhớ nhà
Chiều áo rộng vài vạt mây hờ hững
Họ cứ ngồi như chum vại hứng mưa

Sóng lại đến theo lời hẹn cũ
Sóng mang về những đôi giày trẻ nhỏ
Những đô la ướt sũng, những phao bơi
Tang vật buồn đau của những kiếp người

Đảo tái cát
Khóc oan hồn trôi dạt
Tao loạn thời bình
Gió thắt ngang cây

Nếu họ ghé một lần thăm lính đảo
Rối ren kia chắc có cách trả lời
Ta xin biển mỗi ngày lặng sóng
Cho những linh hồn dưới đáy bớt đơn côi

Đất hãy nhận những đứa con về cội
Trong bao dung bóng mát của người
Cây hãy gọi bàn tay về hái quả
Võng gọi về nghe lại tiếng à ơi...

À ơi tình cũ nghẹn lời
Tham vàng bỏ ngãi kiếp người mong manh

The Waves' Words, 4

On the beach, the island soldiers
Sit and weave their longing for home,
Shirts billowing in the afternoon, a few indifferent clouds,
They sit like water jars collecting rain.

Waves return fulfilling an old promise,
Bringing children's shoes,
Wet dollar bills, life buoys,
Sad remainders from many lives.

The island sand is being renewed
Crying over wandering souls,
Chaos in times of peace,
Wind getting stuck in the trees.

If they had stopped once to visit the island soldiers,
The confusion might have had an answer—
Each day I ask the sea to calm the waves
To ease the loneliness of the souls in their depths.

Earth, take your children back to their roots,
Into your compassionate shadow.
Trees, invite their hands to pick your fruit.
Hammock, call them back to hear lullabies again...

Old love chokes on its words,
Abandoning faithfulness for gold, how fragile human life.

Chương năm
HOÁ THẠCH NHỮNG DÒNG SÔNG

Những dòng sông quờ quạng tìm nhau
Dưới đáy biển
Những dòng sông chết
Biển âm u đáy huyệt
Hồn sông đi lang thang

Sông về trước thì được ung dung
Sông về sau thì được làm phó nhỏ
Bóng cầu theo về được làm quan văn
Mái chèo theo về thì làm quan võ
Người kết bè kéo vó
Hết sông đi vớt bèo

Những dòng sông dưới đáy biển tìm nhau
Vừa thấy bóng lại thuỷ triều xô dạt
Mênh mông đến và mênh mông xóa mất

Sông lại lang thang
Tiếng hú gọi làm giật mình cá quẫy

Sông Mã to tiếng
Sông Hương dịu dàng
Sông Hồng kẻ cả
Sông Thương đa mang

Ai biết được những gì khi sông về gặp biển
Nơi cá quay đầu thì phù sa tìm đến
Phù sa còn bao nỗi nông sâu

V
TURNING RIVERS INTO STONES

The rivers search clumsily for each other
At the bottom of the sea,
Dead rivers,
The sea dark as the bottom of a grave
Where the rivers' souls wander.

The first rivers to return will gain leisure,
Rivers returning later will always be secondary.
Bridge shadow, which can also return, will be literary mandarins,
Boat roofs, which can also return, will be martial mandarins.
Those who build rafts and haul fishnets
No longer have rivers to search for water hyacinths.

The rivers at the bottom of the sea look for each other,
And as they catch each other's shadows they're pushed by tides,
Coming from nothingness and erased into nothingness.

The rivers wander again,
Their howling startles fish into motion.

Mã River is loud,
Perfume River soft,
Red River aloof,
Thương River zealous in all things and love.

Who knows what happens when rivers meet the sea,
Where fish turn around and the silt arrives,
How shallow or deep the alluvial soil?

Sinh ra biển để xa xôi
Sinh ra trời để thuận hoà
Sinh ra sông để đem cho

Cho những buổi trưa đàn trâu mộng đầm mình trong nước
sánh. Cho bên lở bên bồi tạo hoá buộc lòng bất công dằng
dặc. Cho lóng một lóng đôi rổ rá giần sàng, tre chắn gió
biến thành kẻ ăn người ở.

Cho bên ấy bên này diệu vợi, cả tiếng gọi đò cũng là quà
tặng của dòng sông.

Khi gặp biển đó là lúc sông đem cho lần cuối, một cuộc cho
trọn vẹn huy hoàng như thơ cho, như mùa dâng quả, cô gái
biến thành nàng dâu để lại sau lưng bao tiếng thở dài. Và
khi không còn gì để cho, sông như tráng sĩ không còn vũ khí,
giáo chủ không còn mật kinh, võ sư không còn bí quyết;
sông như nghệ sĩ đã sắm xong vai, một kẻ trắng tay giàu có
đo mình bằng kích thước của biển.

Đức hạnh của sông là đa mang
Dung nhan của biển là bình thản
Vẻ đẹp của sông là không tỉnh táo
Nỗi khổ của biển là sở hữu không cùng

Sông – những cây nước khổng lồ
Bóng mát mệt mê mang mang bồi đắp
Sông góp củi cho nồi cơm lớn
Lòng vị tha là người khách sau cùng

The sea was born so there could be distance,
The sky so there could be harmony,
The river so there could be gifts.

A gift so water buffaloes can soak dreamily in afternoon mud.
So one bank is eroded and another filled, nature will always be
unjust. So the single scoop of two winnowing baskets can
transform ocean winds into people who live and eat together.

A gift so this bank and that are in rhythm, and even the call for a
sampan is a gift from the river.

When it meets the sea, the river has come to its last gift, a gift as
total and triumphant as a gift from poetry, the same as in the
season of fruit offerings when a girl becomes a bride leaving
behind many deep sighs. And when there is no more to give, the
river is like a warrior without weapons, a religious master
without sacred sutras, a martial arts champion without secret
techniques; the river is then like an actor finished with his role, a
penniless rich man measuring himself against the vast
dimensions of the sea.

The river's virtue is zeal,
The sea's visage tranquillity,
The river's beauty is it isn't sober,
The suffering of the sea is its bottomless possessions.

River-immense logs of water,
A tired shadow always compensating,
The river contributes firewood for a large pot of rice,
And forgiveness is the last guest to come.

Dưới đáy biển
Sông lang thang tìm lại các dòng sông
Trên mặt sóng
Đảo đang vào mùa nắng

                *
              *   *

Sông đi sông đi vờ vật sông đi
Tìm lại mình trong biển
Biển nói rằng muối chát
Sông không nghe được gì
Thỉnh thoảng lại tung lên vài trận bão
Vò mây chơi
Thỉnh thoảng lại cho vài chú cá ngáp
Tuột khỏi vòng luân hồi
Cá chớp mắt: Ta lên thăm lính đảo
Xem đời có gì vui

                *
              *   *

Ta bơi sóng đi tìm các dòng sông
Như người đào than tìm lại cánh rừng
Những dòng sông hoá thạch những dòng sông thở than
Sông tan vỡ trách thầm trăng lỡ hẹn

Ta bơi sóng đi tìm các dòng sông
Gặp cái chao chân khi em mười tám tuổi
Ta đi vớt tiếng sáo diều đắm đuối
Thúc ba hồi trống quân

At the bottom of the sea
The river wanders in search of rivers.
On the surface of the waves,
The island enters the heat season.

*
* *

The river goes the river goes the river wearily goes
Searching for itself in the sea,
The sea speaks with bitter salt,
But the river hears little.
Once in a while, storms
Twist the clouds for fun.
Once in a while a few yawning fish are permitted
To break the cycle of death and rebirth.
The fish blinks: *I come up to visit the island soldiers*
To see what joy life holds.

*
* *

I turn the waves over searching for rivers
Like a man digging up coal to find the forest again.
Calcified rivers,
Sighing rivers, shattered
Rivers quietly scold the moon for missing their appointment.

I turn the waves over searching for rivers
And find the platform where you washed your feet at eighteen.
I scoop up the sound of a love-struck flute
and hear three rounds of martial drums

Thúc trống quân cho cá hóa rồng
Cho cô tiên về xóm
Cho nón hóa vầng trăng
Vầng trăng quệt vào anh
Tương tư từ dạo ấy

Ta bơi sóng đi tìm các dòng sông
Thấy cau bỏ già
Trầu không để uá
Yêu nhau không lấy được nhau
Trả gương cho chợ
Trả ngói cho đình
Ngói còn nguyên ngói mà mình tay không
Trả lại tơ hồng
Ông tơ bà nguyệt
Trả lời cam kết
Cho người đa đoan

Ta bơi sóng đi tìm các dòng sông
Gặp Trương Chi cắm sào đứng hát
Gặp Mỵ Nương vẫn đang ngồi khóc
Nước mắt thành ngọc trai
Tình là gì mà trái đào xà tích
Duyên là gì mà yếm thắm bao xanh
Phận là gì mà em phải xa anh
Gặp nhau vẫn gặp nhưng đành quay đi

Tóc em dài gội lá đài bi
Cuộc tình ngắn bỏ buồn cho bến vắng.

Drums beating so the fish would turn into dragons,
So fairies would return to the hamlet,
So a hat would turn into a slice of the moon,
And when that slice of moon touches me
I'm lovesick from that moment on.

I turn the waves over searching for rivers
And see betel nuts left to mature,
Betel leaves left to wither,
Lovers who could not marry.
Return the mirror to the market,
The roof tiles to the temple,
The tiles are still tiles, but I'm left empty-handed.
Return the red silk threads of love[1]
To the matchmakers,
Show a final answer
To those in doubt.

I turn the waves over searching for rivers
And meet Trương Chi holding his pole, singing,
My Nương still crying,
Tears turning into pearl.
What is love in the peach-shaped waist chain,
What is fate in the deep green bodice,
What is destiny that you must leave me—
We'll still meet, but must turn away.

You wash your long hair with flower cups,
Our brief love left its sadness at an empty pier.[2]

---

[1] Traditional reference to a red thread of fate said to tie two people together in love or marriage.

[2] In a folk tale, Trương Chi is an ugly boatman with a beautiful voice. My Nương hears him singing while he works the river and falls in love, but when they meet she turns away repulsed. He's grief stricken; she becomes deathly ill. He cures her with a potion, commits suicide, and his spirit enters a sandalwood tree. Wood from the tree is carved into tea cups. Drinking from one, she sees his image. She realizes her mistake, and her tears fall into the cup and destroy the image.

Ta bơi sóng đi tìm các dòng sông
Gặp nàng Tiên Dung đội cát
Cát bàng hoàng
Thế gian mờ mịt
Vì nàng thu hết vầng trăng
Tiên Dung Tiên Dung
Thần ái tình bậc nhất
Khiến nàng Kiều xăm xăm nhường bước
Hồ Xuân Hương mời trầu

                  *
                * *

Ta bơi sóng đã lâu
Tìm thấy sông hóa kén

Sông trao mình cho biển
Như cây trao bóng cho rừng
Về biển thì hết sông
Không về thì không được
Ta lặn xuống tầng sâu
Đời vẫn còn chảy xiết
Ta vớt sông Thương
Làm xanh lại tán lá bàng
Búp nhỏ hữu tình xanh biếc đảo
Sông Mã ta trả về cho bão
Ta vẩy sông Hồng làm tan hoàng hôn
Ta cất sông Mã vào chiếc hộp đàn
Đêm dài nghe chuyện thác.

I turn the waves over searching for rivers
And meet Tiên Dung wearing sand,
The sand is stunned,
The world shadowy
For she took the entire moon,
Tiên Dung, Tiên Dung,
The greatest goddess of love,[3]
So that Kiều quickly concedes[4]
And Hồ Xuân Hương offers betel nuts[5]

                    *
                 * *

I've turned the waves over and over again
To find the rivers have turned to stone.

The river gives itself to the sea
Like a tree casting its shadow in the jungle.
Returning to the sea is the end of the river,
But it cannot be otherwise.
I dive to the depths,
Life runs on fiercely.
I scoop up Thương River
Renewing the leaves of the shade trees,
The enchanting buds turn the island green.
Mã River I return to the storm,
I cast Red River into a sunset,
I put Mã River in a musical instrument case,
And hear story after troubled story throughout the long night.

---

[3] Refers to a legend of love between a wandering princess, Tiên Dung, and a fisherman, Chử Đồng Tử, so poor he has no clothing. Tiên Dung pulls ashore at his village in her royal barge, and he buries himself in sand out of modesty. She decides to bathe and spills water on the sand, uncovering him. Thinking it an act of the gods, she insists they get married, which begins their adventures.
[4] Reference is to the *The Tale of Kieu*, see note on page 17.
[5] Hồ Xuân Hương, Vietnamese poet, lived between the 1770s and 1820s. Her poetry is famous for its irreverent wit, complexity, and erotic double entendres.

Lời sóng 5

Anh một mình với một chéo dù hoa
Gấp tư đêm làm gối
Bốn mươi năm mưa nắng xa nhà
Biết trong cơm có sạn
Biết gói bánh thêm lá
Biết ngồi như đêm

Anh lặn qua cái chết
Mãnh liệt một mầm cây
Anh đã húp bát cháo loãng cuối cùng của chiến tranh
Rồi lặng lẽ đi rửa bát

Kẻ thù thường phục kích
Chập choạng tối chập choạng sáng
Lúc có nhiều đom đóm
Ngọn đèn thường cô đơn
Sau giải phóng Sài Gòn
Anh ra đảo

Biển đã hút của anh bao mồ hôi
Với thói quen của chiếc giấy thấm khổng lồ
Và anh cũng hút biển
Với lời khuyên của những chiếc rễ cây

Mỗi ngày cây lại thêm lời
Lăn tăn nơi anh đứng
Nơi anh đứng chọn tầm cho pháo bắn
Bao năm rồi biển thổn thức gương soi...

*
* *

The Waves' Words, 5

I sit alone with a corner of my flowering parachute
Folded into quarters for a pillow,
Forty years of rain and sunshine away from home
I know that in the rice there are pebbles,
I know the wrapped cakes are thick with nothing but leaves,
I know how to sit like the night.

I dive through death
Strong as a tree bud,
I drank the war's final bowl of diluted rice gruel
Then silently went to wash the bowl.

The enemy often ambushes
When it's neither dark nor light.
When there are many fireflies
Is when the lamp is most often lonely.
After the liberation of Saigon
I went to the island.

The sea has sucked much sweat from me,
Like a giant piece of blotter paper,
But I too draw from the sea
On advice of the tree roots.

Each day the tree adds more words
Where I stand loitering,
Where I stand selecting artillery coordinates,
So many years the sea a sighing mirror...

*
* *

Cát mỗi ngày mỗi nóng
Biển mỗi ngày mỗi xưa
Lúa chín bao năm ngả vào tay người vợ
Đồng tiền lẻ nhảy cò qua đốt mía
Những đứa con khôn dại phía sau mình
Những đứa con sinh ra trong chiến tranh
Sống tản mát dưới những hầm trú ẩn
Chị để con mỗi đứa ở riêng hầm
Bom có trúng cũng không thành tay trắng
Những đứa con nhớ anh qua rừng giờ nhớ anh qua biển
Cơm khô cơm khét
Vắng anh
Áo quần dây mực
Vắng anh
Xóm giềng ta thán
Vắng anh

Lá đa rơi ngoài ngõ

Lá đa vắng anh thành chú mèo tam thể
Chú mèo khôn từ thuở lên ba
Dạy con anh
Lúc lên đèn
Không nhìn sang hàng xóm

Anh nhớ con anh phất một lá diều
Ba tầng sáo chắc đất liền nghe thấy
Những ô cửa xin đừng khép vội
Đảo nói gì tha thiết giữa không trung

The sand gets hotter each day,
The sea gets older each day,
All these years the rice stalks ripening in the wife's arms,
The odd coin skips and hops among sugar canes.
Unwise and intelligent children behind her,
Children born in the war
Living scattered in bunkers—
She leaves each one in a different bunker
So if a bomb hits she won't be empty-handed.
The children who longed for him across the jungles, now
       long for him across the sea.
Dried rice burnt rice
Without him,
Clothes stained with ink
Without him,
The neighbors complain
Without him.

Banyan leaves fall by the gate.

Without him the banyan leaves turned into a three-colored cat.
A smart cat at the age of three
Taught his children
When the lights come on
Not to look into a neighbor's home.

Missing his children he flies a kite. The sound of the flute
Rises three times the height of bamboo shades, which the
       earth can surely hear.
Windows, please don't shut so quickly.
The island, full of heart, is desperately saying something in
       the open air.

Tiếng sáo diều làm biển bớt mênh mông
Vầng trăng đứng
Tự nghe mình
Lặng lẽ...

The sound of the flute makes the sea less immense,
The moon stands
Listening to its own
Silence...

Chương sáu
BÃO BIỂN

- Hoàng ơi, ở đâu
- Vũ ơi, ở đâu
- Vân ơi, ở đâu

Tiếng gọi lính mịt mù bão cát
Tiếng gọi lính từng giây khẩn thiết
Đảo tìm nhau xếp lại đội hình

Bão vò cây gào rít điên cuồng
Tóc của bão là lá cây rách tướp
Tay của bão là sóng thần rợn ngợp
Cả đất trời say sóng ở Trường Sa

Trong bão gió chúng tôi đo Tổ quốc
Bằng đôi tay vượt biển lính xa nhà

*
* *

Ngày thứ ba một mình bơi trên biển
Anh thành đám bọt mong manh
Ba ngày không ngủ
Hy vọng bập bềnh ván thuyền gãy nát.

Bão bứt anh khỏi đảo
Như chiếc đinh bật khỏi con tàu
Và bây giờ anh bơi

VI
SEA STORM

—Hoàng, where are you?
—Vũ, where are you?
—Vân, where are you?*

Calling the soldiers through blinding sandstorms,
Calling the soldiers each desperate second.
Looking for each other, the islands fall into formation.

The storm tosses the trees until they hiss with madness,
Their tattered leaves the storm's hair.
The storm's arms are terrifying tidal waves,
The whole world seasick on the Trường Sa Islands.

In the storm and wind we used our soldiers'
Seagoing arms to measure the fatherland.

                    *
                 * *

On the third day swimming alone
I turned into delicate froth,
Three days without sleep,
Three days without food,
Hope floating on splintered ship wood.

The storm plucked me from the island
Like a nail yanked from the boat,
And then I swam.

* Hoàng, Vũ, Vân: Vietnamese first names.

Biển ngấm vào anh thành một khối mặn chát
Sóng ngấm vào anh thành muôn nỗi lênh đênh
Bão ngấm vào anh thành niềm khao khát sống
Anh là biển trôi trên biển
Chống lại cái chết trong vùng chết

Biển chưa thu xong những mảnh vỡ của mình
Anh le lói bơi đi bằng sức mạnh bí mật của hi vọng
Rất nhiều lần anh chạm chân vào quan tài
Lại cố sức ngoi lên
Như từ triệu năm quyết liệt quay về
Tìm lại đảo
Một chỗ đứng, một tên gọi
Cả vũ trụ so găng đấu với một mình anh
Nghìn cái chết kéo co với một sinh linh bé nhỏ
Tất cả những gì chưa sống nói với anh không thể chết
Tất cả những gì đã chết nói với anh phải sống
Và anh bơi mãi
Mịt mù biển mịt mù trời

                    *
                 * *

- Hoàng ơi, ở đâu
- Vũ ơi, ở đâu
- Vân ơi, ở đâu

Tiếng gọi lính mịt mù bão cát
Tiếng gọi lính từng giây khẩn thiết
Đảo tìm nhau xếp lại đội hình

Anh chẳng nghe thấy gì ngoài toàn thân lạnh toát
Bão bịt hết lối về
Cửa nhà xác mênh mông
Mẹ ơi!

The sea seeps into me and I become a salty mess.
The waves seep into me and I'm myriad emotions adrift.
The storm seeps into me and I become the thirst for life.
I am the sea floating on the sea
Fighting death in a zone of death.

The sea still gathering its fragments,
I swim weakly with the secret strength of hope.
Many times I touch the bottom of the coffin with my feet
Then resurface
As if fiercely returning from a million years
To look for the island,
A place to stand, a name to call.
The entire universe fighting with me alone,
A thousand deaths in a tug of war with a single, minuscule life.
Everything that has not lived tells me I cannot die,
Everything that has died tells me I must live,
So I swim and swim
The vast dark sea, the vast dark sky.

                    *
                 * *

—Hoàng, where are you?
—Vũ, where are you?
—Vân, where are you?

Calling the soldiers through blinding sandstorms,
Calling the soldiers each desperate second.
Looking for each other, the islands fall into formation.

I feel nothing but my frozen body,
The storm blocks all paths home,
The door to the tomb is immense.
Mother!

Mẹ không biết con đang một mình giữa biển
Biển có tất cả để xoá con bất cứ lúc nào
Còn con thì tay trắng

Mẹ đã nuôi con lớn
Đã dạy con khôn
Sống sướng vui và đau khổ với con người
Sống dễ dàng và khó khăn với con người
Sống cởi mở và phòng xa với con người

Biết đem cho mà không làm người được cho cảm thấy mắc nợ
Biết nhận mà không sợ bị coi là tham lam
Và khó nhất là biết từ chối
Nhưng phải sống nhế nào khi một mình giữa biển
Mẹ chưa kịp dạy con
Con phải dựa vào kinh nghiệm cũ
Không để chết vì chán nản

Bơi sấp rồi bơi ngửa
Vẫy vùng rồi cầm hơi
Tung sức ra thì dễ
Thu sức về thì khó

Khó hơn nữa là biết thở cùng biển
Như sống trên mũi giáo

Mẹ ơi, khi con đau đớn nhận ra cái ác là vô cùng
Cũng là lúc con nhận ra sự hữu hạn của lòng tốt

Mảnh ván con bơi là lòng tốt cuối cùng
Trên thế gian đầy bất trắc
Ngày thứ tư con "đi" trên biển
Bằng đôi tay của mình
Số phận biến con thành một chú bọ gậy ngang tàng

You do not know I'm alone at sea,
The sea with everything it needs to erase me at any moment,
And I'm empty-handed.

You raised me,
Taught me to be wise,
To live in happiness and sorrow with humankind,
Live easily and with difficulty,
Openly and defensively with humankind.

To know how to give without making a recipient feel debt,
Know how to receive without fear of seeming covetous,
And, hardest of all, to know how to decline.
But how do I live alone at sea?
You've yet to teach me,
I have to rely on experience,
Refuse to die from despair.

Breast stroke, backstroke,
Struggling then saving my breath.
To exhaust strength is easy,
To regain it difficult.

Even more difficult is knowing how to breathe with the sea—
It's like living on the tip of a spear.

Mother, the moment I realized cruelty is infinite
Was the moment I recognized the limits of compassion.

The plank I float on is the last act of compassion
In this uncertain world.
On the fourth day I walk on the sea
With my arms,
Turned into a fearless beetle by fate.

Không chịu chết vì chán nản
Và khi cả người con dán chặt vào đất
Như một – con - tem – người
Dán vào dòng đời
Con bỗng nhận ra không phải lá cờ ta
Không phải mẹ
Không có cái chết nào nhục nhã hơn là sống không phải mẹ
Bao hiểm nguy con xin lại bắt đầu bằng lời ru trong suốt
Ra sông lấy sóng mà yêu
Đường xa gặp núi lấy đèo mà tin
Con lại lao ra biển
Một chiếc phao thoi thóp bơi đi...

*
* *

- Song Tử đâu ?
- Nam Yết đâu?
- Sinh Tồn đâu?

Tiếng gọi lính mịt mù bão cát
Tiếng gọi lính từng giây khẩn thiết
Đảo tìm nhau xếp lại đội hình

Hà Nội, 1981-1994

Refuse to die from despair,
And when my body is glued to the earth
Like a human stamp
Glued to life,
I suddenly realize it is not a flag,
It is not my mother, but there is nothing
More shameful than living differently than my mother.
In the face of all dangers I'm willing to start over again,
And would like to start over with the innocent lullaby:
>*When you're on a river, choose to love the waves—*
>*On a long road, if you run into a mountain, have faith*
>*you'll find a pass.*

I throw myself back into the sea,
A life buoy struggling to swim...

$$* \atop {* \ *}$$

—Where is Song Tử?
—Where is Nam Yết?
—Where is Sinh Tồn?[2]

Calling the soldiers through blinding sandstorms,
Calling the soldiers each desperate second,
Looking for each other, the islands fall into formation.

Hà Nội, 1981-1994

---

[2]Song Tử, Nam Yết, Sinh Tồn: islands in the Trường Sa archipelago.

About the Author

Hữu Thỉnh was born in 1942 into a Confucian farming family in Vinh Phuc Province, Việt Nam. Forced into hard labor by the occupying forces of France when he was ten, he was often severely beaten while working at their outposts. In 1963, he joined the army as a member of the tank corps, serving as a tank driver, squad leader, and then as a journalist. He spent many years in the battlefields along Route 9, South Laos (1970-1971), Quang Tri Province (1972), the Western Highlands, and in the Hồ Chí Minh southward campaign. After 1975, he entered the Cultural College and attended the first term of Nguyen Du Institute, now the Nguyen Du Writers' Training College. From 1982 to 1990 he worked as head of the Poetry Council and was Deputy Editor-in-chief of the national literary and arts publication *Văn Nghệ*—since 1990 he has been its Editor-in-chief. He has also been a member of the board of directors and the executive committee of the Writers' Association of Việt Nam.

Among his many published works are the poetry collections *Đường tới thành phố* (*On the Way to the City*), *Từ chiến hào đến thành phố* (*From the Trench to the City*), *Thư mùa đông* (*Winter Letter*), and *Trường ca biển* (*The Sea*). His poems are also included in the anthology *Âm vang chiến hào* (*Echo from the Trench*), and a collection of poetry for children, *Khi bé Hoa ra đời* (*When Little Hoa Was Born*). His collected poems were recently published in the volume *Thơ: Hữu Thỉnh*.

His literary awards include prizes from *Văn Nghệ* in 1973 and 1976 for individual poems, the Poetry Award from the Writers' Association of Việt Nam in 1980 for *On the Way to the City*, and for *Winter Letter* in 1995. He received the Việt Nam-ASEAN Poetry Award from the Association of South East Asian Nations in 1999, and Việt Nam's National Poetry Award in 2001. He currently lives in Hà Nội, where he is a member of the National Assembly of Việt Nam, and General Director of the Writer's Association.

About the Translators

GEORGE EVANS is the author of five books of poetry published in the United States and England, most recently *The New World* (Curbstone Press, 2002). His poetry, fiction and essays have been published in magazines throughout the U.S., and in Australia, England, France, Japan and Việt Nam. Among his awards are writing fellowships for poetry from the National Endowment for the Arts, the California Arts Council, the Lannan Foundation, and a *Monbusho* fellowship from the Japanese government for the study of Japanese poetry in Japan. Founder and editor of the public arts project *Streetfare Journal*, displaying contemporary poetry and photography on buses in U. S. cities, he is also the editor of *Charles Olson & Cid Corman: Complete Correspondence*, and translator of *The Violent Foam: New and Selected Poems* (Curbstone Press, 2002) by Nicaraguan poet Daisy Zamora.

NGUYỄN QUÍ ĐỨC is the author of *Where The Ashes Are: The Odyssey of a Vietnamese Family*, (Addison-Wesley, 1994), co-editor (with John Balaban) of *Vietnam, A Traveler's Literary Companion* (Whereabouts Press, 1995), and the translator of the novella *Behind the Red Mist* (Curbstone Press, 1996) by Hồ Anh Thái, and numerous short stories and poems by Vietnamese and Vietnamese-American writers. His own work has been published in *Zyzzyva, Manoa, Salamander, Vietnam Review, Văn, Văn Học, Hợp Lưu,* and in anthologies such as *Under Western Eyes, Watermark,* and *Once Upon a Dream.* His essays and analyses have appeared in the *New York Times Magazine, San Jose Mercury News, Asian Wall Street Journal Weekly, The Boston Globe,* and other publications. In 1995 he was Artist in Residence at Villa Montalvo Estates for the Arts where he completed *A Soldier Named Tony D.*, a play based on a short story by Lê Minh Khuê and produced by Ink & Blood and EXIT Theatre in San Francisco. A former commentator for NPR's *All Things Considered,* he received a Citation of Excellence from the Overseas Press Club of America for his reports from Việt Nam in 1989. He currently hosts *Pacific Time,* a national public radio program on Asian affairs.

CURBSTONE PRESS, INC.

is a non-profit publishing house dedicated to literature that reflects a commitment to social change, with an emphasis on contemporary writing from Latino, Latin American and Vietnamese cultures. Curbstone presents writers who give voice to the unheard in a language that goes beyond denunciation to celebrate, honor and teach. Curbstone builds bridges between its writers and the public – from inner-city to rural areas, colleges to community centers, children to adults. Curbstone seeks out the highest aesthetic expression of the dedication to human rights and intercultural understanding: poetry, testimonies, novels, stories, and children's books.

This mission requires more than just producing books. It requires ensuring that as many people as possible learn about these books and read them. To achieve this, a large portion of Curbstone's schedule is dedicated to arranging tours and programs for its authors, working with public school and university teachers to enrich curricula, reaching out to underserved audiences by donating books and conducting readings and community programs, and promoting discussion in the media. It is only through these combined efforts that literature can truly make a difference.

Curbstone Press, like all non-profit presses, depends on the support of individuals, foundations, and government agencies to bring you, the reader, works of literary merit and social significance which might not find a place in profit-driven publishing channels, and to bring the authors and their books into communities across the country. Our sincere thanks to the many individuals, foundations, and government agencies who support this endeavor: J. Walton Bissell Foundation, Connecticut Commission on the Arts, Connecticut Humanities Council, the State of Connecticut, Daphne Seybolt Culpeper Foundation, Eastern Connecticut Community Foundation, Fisher Foundation, Greater Hartford Arts Council, Hartford Courant Foundation, Lannan Foundation, John D. and Catherine T. MacArthur Foundation, National Endowment for the Arts, Open Society Institute, and the Puffin Foundation.

Please help to support Curbstone's efforts to present the diverse voices and views that make our culture richer. Tax-deductible donations can be made by check or credit card to:
Curbstone Press, 321 Jackson Street, Willimantic, CT 06226
phone: (860) 423-5110   fax: (860) 423-9242
www.curbstone.org

IF YOU WOULD LIKE TO BE A MAJOR SPONSOR OF A
CURBSTONE BOOK, PLEASE CONTACT US.